VIETNAMESE AS A SECOND LANGUAGE

VSL

VSL Exclusive License Agreement

1

VSL 1

(VIETNAMESE AS A SECOND LANGUAGE)

초판 1쇄 발행 2023년 9월 27일

지은이 Nguyễn Văn Huệ, Trần Thị Minh Giới, Nguyễn thị Ngọc Hân, Thạch Ngọc Minh
번역 손연주
펴낸곳 (주)에스제이더블유인터내셔널
펴낸이 양홍걸 이시원

홈페이지 vietnam.siwonschool.com
주소 서울시 영등포구 국회대로74길 12 시원스쿨
교재 구입 문의 02)2014-8151
고객센터 02)6409-0878

ISBN 979-11-6150-772-9 13730
Number 1-420301-24250400-09

머리말

외국인을 위한 베트남어 VSL 1~5 시리즈는 다수의 베트남어 강의 경험을 가진 대학 교수진에 의해 제작된 도서입니다.

그중 VSL 1권은 다음의 두 가지 파트로 구성되어 있습니다.

Part 1. 발음편

발음 파트에서는 베트남어 발음 요소(자음, 모음, 성조)를 기초부터 심화 과정까지 순차적으로 학습할 수 있어, 학습자가 지루하지 않고 쉽게 발음 연습을 할 수 있습니다. 본 도서의 발음 파트를 꾸준히 학습한 학습자는 베트남어의 발음 원리, 성조 및 억양에 대해 확실하게 이해할 수 있습니다.

Part 2. 회화편

회화 파트는 총 12과로 구성되어 있으며, 약 500개의 단어와 베트남어의 핵심 문법 및 예문을 소개합니다. 각각의 챕터에서는 베트남어 입문자가 꼭 알아야 할 인사말, 국적 묻기, 직업 묻기, 주소 묻기 등 일상생활 회화를 학습합니다. 매 5과마다 복습 파트가 수록되어 있어 앞에서 학습한 베트남어의 구조와 핵심 내용을 한 번 더 보강할 수 있습니다. 회화 파트의 목표는 학습자들이 자연스러운 베트남어를 말할 수 있도록 가이드 해 주는 것입니다.

본 도서는 실생활에 밀접한 생동감 넘치는 대화문과 삽화가 수록되어 있으며, 정확하고 간결한 문법 설명과 다양한 형태의 연습 문제가 제공되어 베트남어 듣기, 말하기, 읽기, 쓰기까지 학습 가능합니다. 현대 언어학 연구에 입각하여 VSL 1권은 베트남어 학습자가 쉽게 이해할 수 있도록 편찬되었습니다.

제작 과정 중, 베트남어 학습과 지도를 위해 열정을 아끼지 않은 교수진과 많은 학습자분들의 도움을 받았습니다. 완벽한 도서는 없듯이, 보완을 통해 더 나은 교재로 나아가기 위하여 독자 여러분의 소중한 의견을 기다리고 있습니다.

VSL 1권이 모두에게 유용한 학습 도구가 되기를 바랍니다.

저자진 일동

목차

목차

이 책의 구성과 특징

Part 1. 발음편

Q 어렵게만 느껴졌던 베트남어 발음과 성조! 이해하기 쉽게 배우는 방법은 없을까요?

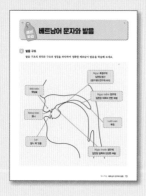 

"발음과 문자"

발음과는 총 9과로 구성되어 있으며 우리말과 대조한 설명으로 누구나 쉽게 이해할 수 있습니다. 또한 구강 구조를 통해 발음되는 위치를 그림으로 보여주어 더욱 쉽고 정확하게 파악할 수 있습니다.

Q 혼자서도 네이티브 발음처럼 완벽하게 연습할 방법은 없을까요?

"발음 연습 문제"

현지 원어민 음원을 들으며 다양한 방식으로 발음 및 성조를 연습해 볼 수 있습니다. 이 과정을 통해 네이티브 발음에 한층 더 가까워질 수 있습니다.

Part 2. 회화편

Q 틀에 박힌 표현이 아닌, 진짜 원어민이 쓰는 표현을 배우고 싶어요!

"새 단어 및 회화"

각 과의 시작 부분에 새 단어를 제시하여 핵심 단어를 한 눈에 보기 쉽게 정리하였습니다. 또한 실제 상황을 완벽 반영한 리얼한 문장과 위트 있는 상황으로 회화문을 구성하여, 원어민이 쓰는 진짜 베트남어 문장을 자연스럽게 배울 수 있습니다.

Q 정확한 문법 설명과 각 문법마다 다양한 쓰임을 알고 싶어요!

"문법"

한국인 학습자가 이해하기 쉽게 설명을 제시하여 각 문법마다의 특징을 명확히 파악할 수 있습니다. 또한, 실용도 높은 예문을 통해 다양한 쓰임을 배울 수 있습니다.

이 책의 구성과 특징

STEP 3

Q 아무리 베트남어를 배워도 말하기가 늘지 않아요. 효율적으로 연습할 방법은 없을까요?

"말하기 연습"

각 과에서 배운 핵심 문장을 단어만 쏙쏙 바꾸어 말해 보며 자연스럽게 익힐 수 있도록 패턴식으로 제시하였습니다. 다양한 문장을 반복해서 따라 말하다 보면 빠르게 말문이 트일 수 있습니다.

STEP 4

Q 책을 덮으면 배운 게 다 사라지는 것 같아요. 더 오래 기억할 방법은 없을까요?

"연습 문제"

듣기, 말하기, 읽기, 쓰기까지 베트남어 전 영역을 학습할 수 있도록 다양한 연습 문제를 제시하였습니다. 문제를 직접 풀어 보며, 배운 내용을 확실하게 기억할 수 있습니다.

Q 알파벳과 차이점이 있는 베트남어 문자! 쓰기 실력까지 한 번에 쌓고 싶어요!

"쓰기 연습"

각 과에서 배운 내용을 음원을 들으며 한 줄 한 줄 따라 써 볼 수 있도록 제시하여 배운 내용을 완벽히 자신의 것으로 만들 수 있습니다.

특별 부록 200% 활용하는 방법!

1. 현지에서 녹음하여 더 생생한 원어민 MP3 음원

시원스쿨 베트남어 홈페이지(vietnam.siwonschool.com)에 로그인 ▶ 학습지원센터 ▶ 공부 자료실 ▶ 도서명을 검색한 후 무료 다운로드 가능합니다.

2. 언제 어디서든 연습할 수 있는 발음 트레이닝 영상

유튜브에 '시원스쿨 베트남어 VSL 발음 트레이닝'을 검색하여 시청 가능합니다. 언제 어디서든 보고 따라 읽으면서 베트남어 발음을 연습해 보세요!

Part 1. 발음편

예비 학습 베트남어 문자와 발음

1 발음 구조

발음 구조의 위치와 구조의 명칭을 파악하여 정확한 베트남어 발음을 학습해 보세요.

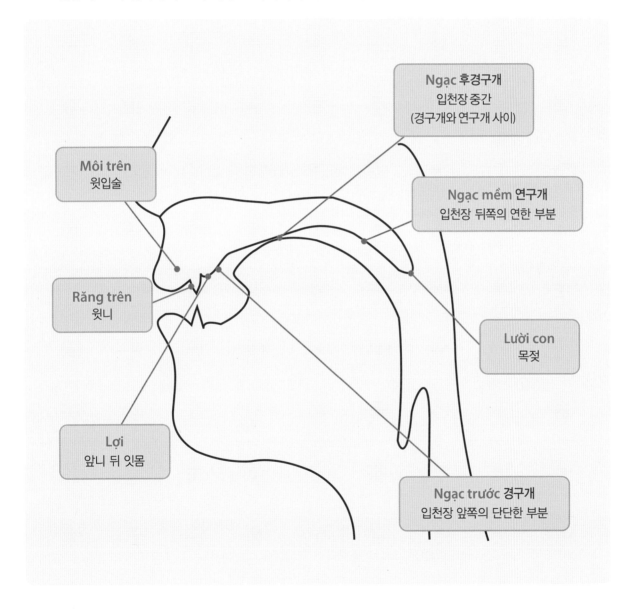

Ngạc 후경구개
입천장 중간
(경구개와 연구개 사이)

Môi trên
윗입술

Ngạc mềm 연구개
입천장 뒤쪽의 연한 부분

Răng trên
윗니

Lưỡi con
목젖

Lợi
앞니 뒤 잇몸

Ngạc trước 경구개
입천장 앞쪽의 단단한 부분

2 베트남어 알파벳

 Track 00_1

베트남어 알파벳은 '아[A a]', '베[B b]', '쩨[C c]'······ 순으로 읽습니다.

A a	Ă ă	Â â	B b	C c
D d	Đ đ	E e	Ê ê	G g
H h	I i	K k	L l	M m
N n	O o	Ô ô	Ơ ơ	P p
Q q	R r	S s	T t	U u
Ư ư	V v	X x	Y y	

3 베트남어 모음

발음을 기준으로 베트남어의 모음을 구분했을 때, 다음의 표와 같이 11개의 단모음과 3개의 이중모음으로 크게 구분할 수 있습니다.

혀의 위치 〉 혀의 높이	앞	뒤	
		입술을 오므리지 않음(평순)	입술을 오므림(원순)
높게	i	ư	u
약간 낮게	iê / ia / ya / yê	ươ / ưa	uô / ua
약간 높게	ê	ơ, â	ô
낮게	e	a,ă	o

■ 'ê [ㅔ]'와 'e [ㅐ]', 'ô [ㅗ]'와 'o [ㅓ]'는 혀의 높이로, 'u [ㅜ]'와 'ư [ㅡ]'는 입술 모양(평순, 원순)으로 구별합니다.

Tip! 'ê [ㅔ]'는 입모양을 위아래로 벌려 발음하며, 'e [ㅐ]'는 입꼬리를 좌우로 벌리며 발음합니다.

■ 모음 'i / y'는 우리말의 '이'와 유사한 발음으로, 다음과 같은 조건에서 모음 'i'는 주로 'y'로 표기합니다.

- 첫자음이나 끝자음이 없는 경우 [예] ý (kiến), ỷ (lại)
- 모음 'u' 뒤에 위치한 경우 [예] thủy, quý
- 자음 'l', 'm', 'k', 't' 뒤에 위치한 경우 [예] lý (do), mỹ (thuật), kỹ (thuật)

■ 베트남어의 이중모음은 /ie [이어]/, /uo [으어]/, /ɯə [우어]/로, 뒤에 끝자음 여부에 따라 두 종류의 표기법을 사용합니다.
- 끝자음이 없는 경우 'ia [이어]', 'ưa [으어]', 'ua [우어]'로 표기합니다. [예] bia, chưa, mua
- 끝자음이 있는 경우 'iê [이애]', 'ươ [으어]', 'uô [우오]'로 표기합니다. [예] tiền, mượn, muốn

🔔 주의! 이중모음 'ia' 앞에 모음 'u [우]'가 위치한 경우, 'y'로 표기합니다.
[예] khuya, khuyên

4 베트남어의 첫자음

베트남어의 첫자음은 다음과 같습니다. 일부는 2~3개의 표기법이 있으니 유의하세요.

1 입술소리(두 입술 사이에서 나는 소리)	b, ph, v, m
2 잇소리(치아 사이에 혀 끝을 끼워서 내는 소리)	th, t
3 잇몸소리(윗니 뒤쪽의 잇몸에 혀 끝이 닿아 나는 소리)	đ, x, l, n
4 윗잇몸소리(윗입술에 혀를 대고 숨을 내쉬어 만드는 소리)	s, r, tr
5 입천장소리(입천장에 혀가 닿아 나는 소리)	ch, nh
6 연구개소리(입천장 뒤쪽의 연한 부분에서 나는 소리)	kh
7 목구멍소리(목구멍을 혀뿌리로 막아서 내는 소리)	h

■ 't [ㄸ]'와 'th [ㅌ]'의 차이점은 발음할 때 숨이 나오지 않는 자음인 't'와 그렇지 않은 자음 'th'로 구별합니다.

■ 'd'와 'gi'의 경우, 베트남 남부지방은 'd / gi [이]'으로 발음하며, 베트남 북부지방은 'd / gi [ㅈ]'으로 발음합니다.
[예] dài (남부)야이 / (북부)자이
gió (남부)여 / (북부)저
rồi (남부)로이 / (북부)조이

5 베트남어의 끝자음

베트남어의 끝자음은 다음과 같습니다.

비음	m, n, nh, ng
파열음	p, t, ch, c
반모음	u / o, i / y

■ 끝자음 'ng [응]'와 'c [끄]'는 앞의 모음으로 'u [우]', 'ô [오]', 'o [어]'가 올 경우, /ŋm[ㅁ]/과 /kp[ㅂ]/로 발음이 바뀝니다.

예 công [꽁](X) [꼼](O), nóng [넝](X) [넘](O)
　　học [휙](X) [헙](O), cốc [꼭](X) [꼽](O)

■ 베트남 남부지방의 경우, 끝자음 'nh'와 'ch'는 끝자음 'n'와 'c' 발음과 유사합니다. ('h' 발음이 거의 묵음 처리됨)

예 lạnh [란], lan [란] cách [깍], các [깍]

6 베트남어의 성조

음역 \ 성조음	평평한 음	평평하지 않은 음	
높은 음	ngang(1성)	ngã(5성)	sắc(2성)
낮은 음	huyền(3성)	hỏi(4성)	nặng(6성)

Q Tip! 참고로 베트남 남부지방의 경우, 'hỏi(4성)'와 'ngã(5성)'의 성조를 비슷하게 발음하는 경향이 있어 5개의 성조로 구분되어서 들립니다. 하지만 각 지역 간에 소통할 때에는 문제가 되지 않습니다.

베트남어 발음 연습(1)

 발음과 문자

🔊 Track 01_1

1 첫자음

발음	특징
b	**[양순 파열음]** 우리말의 'ㅂ'과 유사한 발음으로, 두 입술을 붙였다가 터트리는 느낌으로 공기를 내보내는 소리입니다. 예 ba [바], bò [버]
đ	**[치경 파열음]** 우리말의 'ㄷ'과 유사한 발음으로, 혀끝을 윗잇몸 쪽으로 받치듯이 가져다 대며 내는 소리입니다. 예 đảo [다오], đá [다]
m	**[양순 비음]** 우리말의 'ㅁ'과 유사한 발음으로, 두 입술을 붙였다가 코로 숨을 내쉬면서 입술을 떼는 소리입니다. 예 mẹ [매], mai [마이]
n	**[치경 비음]** 우리말의 'ㄴ'과 유사한 발음으로, 혓바닥을 윗잇몸에 붙이고 코로 숨을 내쉬면서 내는 소리입니다. 예 nải [나이], nó [너]

■ 베트남어의 'b'와 'đ'는 영어의 'b'와 'd' 또는 우리말의 'ㅂ'과 'ㄷ'과 같은 발음이 아님을 유의해야 합니다. 녹음을 반복하여 들으며 차이를 구분해 보세요.

2 모음

발음	특징
i	우리말의 '이'와 유사한 발음으로, 혀를 높게, 앞부분에 위치하면서 굴리지 않은 모음입니다. 예) bi [비], mi [미]
ê	우리말의 '에'와 유사한 발음으로, 혀를 중간 높이에, 앞부분에 위치하면서 굴리지 않은 모음입니다. 예) mê [메], bê [베]
e	우리말의 '애'와 유사한 발음으로, 혀를 낮게, 앞부분에 위치하면서 굴리지 않은 모음입니다. 예) be [배], sẽ [새]

3 성조

성조	성조 부호	특징	음높이 구별
ngang(1성)	없음	높은 음, 평평한 음	
huyền(3성)	\	낮은 음, 평평한 음	

 연습 문제

1 녹음을 듣고 정확하게 발음해 보세요.

🔊 Track 01_2

1.

i	bi	mi	ni	đi
ê	bê	mê	nê	đê
e	be	me	ne	đe

2.

bi	bì	bê	bề	be	bè
mi	mì	mê	mề	me	mè
ni	nì	nê	nề	ne	nè

2 예시와 같이 성조를 바꾸어 보세요.

🔊 Track 01_3

1. 'ngang' 성조를 'huyền' 성조로 바꾸어 보세요.

예시 | bi ▶ bì

be _____   me _____   ne _____   đe _____

bê _____   mê _____   nê _____   đê _____

bi _____   mi _____   ni _____   đi _____

2. 'huyền' 성조를 'ngang' 성조로 바꾸어 보세요.

예시 | mì ▶ mi

nì _____   đì _____   bì _____   mì _____

nề _____   đề _____   bề _____   mề _____

nè _____   đè _____   bè _____   mè _____

성조에 유의하여 다음 표를 소리 내어 읽어 보세요.   🔊 Track 01_4

1.

i	bi	mi	ni	đi
ê	bê	mê	nê	đê
e	be	me	ne	đe

2.

mi	mì	bi	bì
mê	mề	bê	bề
me	mè	be	bè

4 녹음을 들으며 따라 써 보세요.   🔊 Track 01_5

bè

bè _____

bì

bì _____

mê

bì _____

đe

đe _____

đi

đi _____

bê

bê _____

mè

mè _____

mì

mì _____

đê

đê _____

bè 뗏목

베트남어 발음 연습(2)

발음과 문자

🔊 Track 02_1

1 첫자음

발음	특징
c, k, q	**[연구개 파열음]** 우리말의 'ㄲ'과 유사한 발음으로, 혀의 뒷부분으로 연구개(입천장 뒤쪽)를 막았다 터뜨리며 내는 소리입니다. 예 cả [까], kỳ [끼], quê [꾸에]
ng, ngh	**[연구개 비음]** 우리말의 '응'과 유사한 발음으로, 혓바닥은 연구개(입천장 뒤쪽)에 붙이고 코로 숨을 내쉬면서 내는 소리입니다. 예 ngu [응우], nga [응아]
nh	**[경구개 비음]** 우리말의 'ㄴ'과 유사한 발음으로, 혓바닥을 경구개(입천장 앞쪽)에 붙이고 코로 숨을 내쉬면서 내는 소리입니다. 예 nha [냐], nho [뇨]

■ 'c', 'k', 'q'는 다음 세 가지 표기법을 따릅니다.

　– 모음 'i/e, ê, e'의 앞에 위치하는 경우, 알파벳 'k'로 표기합니다.　예 kiến [끼엔], ký [끼]

　– 접근음 'u'의 앞에 위치하는 경우, 알파벳 'q'로 표기합니다.　예 quý [꾸이], quá [꾸아]

　– 이 외의 경우, 알파벳 'c'로 표기합니다.　예 cá [까], cô [꼬]

■ 'nh'와 'ng' 발음 시 혀의 위치

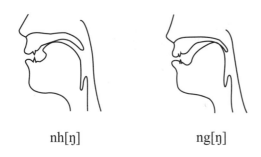

nh[ŋ]   ng[ŋ]

■ [ŋ]은 모음 'i / y', 'ê', 'e' 앞에 위치하는 경우, 'ngh'로 표기합니다. 예 nghe [응애]

2 모음

발음	특징
u	우리말의 '우'와 유사한 발음으로, 입술을 둥글게 말고 입 안의 뒷부분에서 내는 소리입니다. 혀가 입 안의 상단이나 후두에 가까운 위치에서 발음됩니다. 예 mũ [무], lũ [루]
ô	우리말의 '오'와 유사한 발음으로, 입술을 둥글게 말고 입 안의 뒷부분에서 내는 소리입니다. 혀가 입 안의 중간 위치에서 발음됩니다. 예 cô [꼬], số [소]
o	우리말의 '어'와 유사하나 이에 비해 더 입술을 둥글게 말고 입 안의 뒷부분에서 소리 내는 발음입니다. 혀가 입 안의 하단이나 입술에 가까운 위치에서 발음됩니다. 예 bò [버], đỏ [더]

■ 'ô'는 'o'보다 더 입을 좁게 벌려 발음하며, 반대로 'o'는 'ô'보다 입을 더 크게 벌려 발음합니다.

3 성조

성조	성조 부호	특징	음높이 구별
sắc(2성)	/	높게 올라가는 소리	
nặng(6성)	•	낮게 떨어지는 소리	

연습 문제

🔊 Track 02_2

1 녹음을 듣고 정확하게 발음해 보세요.

1.

u	cu	ngu	nhu
ô	cô	ngô	nhô
o	co	ngo	nho

2.

nhu	nhù	nhú	nhụ
nhô	nhồ	nhố	nhộ
nho	nhò	nhó	nhọ

3.

ki	kê	ke	cu	cô	co
nhi	nhê	nhe	nhu	nhô	nho
nghi	nghê	nghe	ngu	ngô	ngo

🔊 Track 02_3

2 예시와 같이 성조를 바꾸어 보세요.

1. 'ngang' 성조를 'sắc' 성조로 바꾸어 보세요.

예시 | ki ▶ kí

co _____   ke _____   nghe _____

cô _____   kê _____   nghê _____

cu _____   ki _____   nghi _____

2. 'ngang' 성조를 'nặng' 성조로 바꾸어 보세요.

예시 ㅣ nhi ▶ nhị

nhe _____   nho _____   ngo _____

nhê _____   nhô _____   ngô _____

nhi _____   nhu _____   ngu _____

3. 'nặng' 성조를 'ngang' 성조로 바꾸어 보세요.

예시 ㅣ ngọ ▶ ngo

ngụ _____   nhụ _____   cụ _____

ngộ _____   nhô _____   cộ _____

ngọ _____   nhọ _____   cọ _____

4. 'sắc' 성조를 'ngang' 성조로 바꾸어 보세요.

예시 ㅣ có ▶ co

cú _____   ngú _____   nghí _____

cố _____   ngố _____   nghế _____

có _____   ngó _____   nghé _____

3 성조에 유의하여 다음 표를 소리 내어 읽어 보세요.

Track 02_4

1.

cu	cù	cú	cụ
cô	cồ	cố	cộ
co	cò	có	cọ

2.

nhu	nhù	nhú	nhụ
nhô	nhồ	nhố	nhộ
nho	nhò	nhó	nhọ

3.

nghi	nghì	nghí	nghị
nghê	nghề	nghế	nghệ
nghe	nghè	nghé	nghẹ

4 녹음을 들으며 따라 써 보세요.

Track 02_5

Cô Nhu đí. 뉴 씨가 가요.

Cô Nhu đí.

_____

Nó đi. 그 아이가 가요.

Nó đi.

_____

Mẹ đi. 엄마가 가요.

Mẹ đi.

_____

베트남어 발음 연습(3)

Unit 3

발음과 문자

🔊 Track 03_1

1 첫자음

발음	특징
h	**[성문 마찰음]** 우리말의 'ㅎ'과 유사한 발음으로, 성대를 조인 상태에서 살살 흘리는 느낌으로 기류를 내보내는 소리입니다. 예 hai [하이], hộ [호]
kh	**[(무성) 연구개 마찰음]** 우리말의 'ㅋ'과 유사한 발음으로, 혓바닥을 연구개(입천장 뒤쪽)에 붙이고 성문 마찰음[h]을 내는 소리입니다. 예 khá [카], khi [키]
g, gh	**[(유성) 연구개 마찰음]** 우리말의 'ㄱ'과 유사한 발음으로, 혓바닥을 연구개(입천장 뒤쪽)에 붙이고 마찰음[g]을 내는 소리입니다. (모음 사이에 끼인 'ㄱ(예: 아가)' 소리) 예 gái [가이], ghét [갣]

- 파찰음(파열음 + 마찰음)인 우리말의 'ㅈ'이나 영어의 'g'와 달리 베트남어의 'g'는 마찰음 소리가 납니다. 즉, 베트남어의 'g'는 소리를 낼 때 조음기관의 폐쇄가 일어나지 않고 살짝 틈을 내어 'ㄱ' 소리를 냅니다. 또한, 모음 'i', 'e', 'ê'와 결합한 경우에는 'gh'로 표기합니다.
  예 gà [가], ghi [기], ghê [게]

2 모음

발음	특징
ư	우리말의 '으'와 유사한 발음으로, 입술을 양 옆으로 벌리고 입 안의 뒷부분에서 내는 소리입니다. 혀가 입 안의 상단이나 후두에 가까운 위치에서 발음됩니다. 예 sự [스], cứ [끄]
ơ	우리말의 '어'와 유사한 발음으로, 입술을 벌리고 입 안의 뒷부분에서 내는 소리입니다. 혀가 입 안의 중간 위치에서 발음됩니다. 예 nợ [너], mơ [머]
a	우리말의 '아'와 유사한 발음으로, 입술을 벌리고 입 안의 뒷부분에서 내는 소리입니다. 혀가 입 안의 하단이나 입술에 가까운 위치에서 발음됩니다. 예 ta [따], ga [가]

■ 'u'와 'ư'를 발음할 때 혀의 위치와 높이는 같습니다. 다만, 'u'는 한국어의 'ㅜ'와 유사하게 입을 둥글게 오므려 발음하고, 'ư'는 한국어의 'ㅡ'와 유사하게 입을 양 옆으로 벌려 발음합니다.

3 성조

성조	성조 부호	특징	음높이 구별
ngã(5성)	~	높은 음, 떨어졌다 올라오는 소리	
hỏi(4성)	?	낮은 음, 떨어졌다 올라오는 소리	

■ 베트남 남부지방의 경우, 'ngã(5성)' 성조와 'hỏi(4성)' 성조는 음이 내려갔다 다시 올라오는 형태로 비슷하게 발음됩니다. 하지만 'sắc(2성)' 성조처럼 음의 높이가 높지 않습니다.

1 녹음을 듣고 정확하게 발음해 보세요.

1.

ư	hư	khư	gư
ơ	hơ	khơ	gơ
a	ha	kha	ga

2.

i	hi	ghi	khi
ê	hê	ghê	khê
e	he	ghe	khe

2 예시와 같이 성조를 바꾸어 보세요.

Track 03_3

1. 'ngang' 성조를 'ngã' 성조로 바꾸어 보세요.

예시 | ma ▶ mã

ba _____   đa _____   ma _____

ki _____   nghi _____   ke _____

kê _____   nghe _____   nghê _____

2. 'ngã' 성조를 'ngang' 성조로 바꾸어 보세요.

예시 | mã ▶ ma

bĩ _____   bễ _____   bẽ _____

mũ _____   mổ _____   mõ _____

nhữ _____   nhỡ _____   nhã _____

3 성조에 유의하여 다음 표를 소리 내어 읽어 보세요.   🔊 Track 03_4

ư	hư	hử	khư	khử	gư	gử
ơ	hơ	hở	khơ	khở	gơ	gở
a	ha	hả	kha	khả	ga	gả

4 녹음을 들으며 따라 써 보세요.   🔊 Track 03_5

Bà Ba ở nhà đó. 바 할머니는 그 집에 살아요.

Bà Ba ở nhà đó.

_____

Cô Nga nhớ mẹ. 응아 씨는 엄마가 그리워요.

Cô Nga nhớ mẹ.

_____

Nó đi ngủ. 그 아이는 자러 가요.

Nó đi ngủ.

_____

베트남어 발음 연습(4)

Unit 4

🔊 Track 04_1

🎙 발음과 문자

1 첫자음

발음	특징
ph	**[(무성)순치 마찰음]** 우리말의 'ㅍ' 혹은 영어의 'f'와 유사한 발음으로, 윗니를 아랫입술에 살짝 댄 채 그 틈으로 공기를 살살 내보내는 소리입니다. 예 phở [퍼], phải [파이]
v	**[(유성)순치 마찰음]** 우리말의 'ㅂ' 혹은 영어의 'v'와 유사한 발음으로, 윗니를 아랫입술에 살짝 댄 채 그 틈으로 공기를 살살 내보내고 성대를 떨어주는 소리입니다. 예 và [바], với [버이]
l	**[설측 치경 접근음]** 우리말의 'ㄹ'과 유사한 발음으로, 혀끝을 윗잇몸에 대고 혀의 옆부분과 어금니 사이를 살짝 좁힌 상태에서 숨을 내보내는 소리입니다. 예 lại [라이], lo [러]
r	**[권설 마찰음]** 우리말의 'ㄹ'과 유사한 발음으로, 혀끝을 입천장 앞부분까지 올리고 발음하는 소리입니다.(혀끝을 앞쪽 경구개까지 치켜드는 권설음) 예 rời [러이], rủ [루]

- 베트남 남부지방의 경우, 알파벳 'v'는 [이]으로 발음하는 경우가 있습니다. 예 vào [야오], vui [유이]

- 베트남 북부지방의 경우, 알파벳 'r'은 [ㅈ]으로 발음합니다. 예 rõ [자], rừng [증]

2 이중모음

발음	특징
ia	
ưa	음절 맨 앞에 위치한 모음은 연이어 온 두 번째 모음에 따라 비원순 중설 모음 (입술을 반원모양으로 벌리고 혀가 입안의 중간 부분에 위치)으로 발음합니다.
ua	

■ /ie[이어]/, /uo[우어]/, /ɯə[으어]/는 변이 이중모음입니다. 이들은 항상 음절의 끝에 위치하기 때문에 뒤에 끝자음이 놓일 수 없습니다.

연습 문제

1 녹음을 듣고 정확하게 발음해 보세요. ◁)) Track 04_2

1.

ia	phia	via	lia	ria
ưa	phưa	vưa	lưa	rưa
ua	phua	vua	lua	rua

2.

lư	lưa	rư	rưa
phu	phua	vu	vua
phi	phia	vi	via

2 예시와 같이 성조를 바꾸어 보세요. ◁)) Track 04_3

1. 'ngang' 성조를 'nặng' 성조로 바꾸어 보세요.

예시 | lia ▶ lịa

rua _____   rưa _____

lua _____   lưa _____

vua _____   vưa _____

2. 'hỏi' 성조를 'nặng' 성조로 바꾸어 보세요.

예시 ┃ lỉa ▶ lịa

lủa _____   rủa _____

lửa _____   rửa _____

phỉa _____   vỉa _____

3 성조에 유의하여 다음 표를 소리 내어 읽어 보세요.　　　　　🔊 Track 04_4

1.

ia	phia	phía	lia	lìa
ưa	phưa	phứa	lưa	lừa
ua	phua	phúa	lua	lùa

2.
Mưa to.

Nhà nó ở phía kia.

4 녹음을 들으며 따라 써 보세요.　　　　　🔊 Track 04_5

Nhà nó ở phía kia.
그 아이의 집은 저쪽에 있어요.

Nhà nó ở phía kia.
_____

_____

Bà Tư đi ra chợ mua cua, cá.
뜨 할머니는 게와 생선을 사러 시장에 나가요.

Bà Tư đi ra chợ mua cua, cá.
_____

_____

베트남어 발음 연습(5)

 발음과 문자

🔊 Track 05_1

1 첫자음

발음	특징
t	**[(무성)치경 파열음]** 우리말의 'ㄸ'과 유사한 발음으로, 혀끝을 윗잇몸에 붙이고 빵 터트리는 소리입니다. 예 tôi [또이], tỷ [띠]
th	**[(무성)치경 파열음]** 우리말의 'ㅌ'과 유사한 발음으로, 혀끝을 윗잇몸에 붙이고 빵 터트리며 성대를 울려주는 소리입니다. 예 thư [트], thầy [터이]
ch	**[경구개 파열음]** 우리말의 'ㅉ'과 유사한 발음으로, 혓바닥을 경구개(입천장 앞쪽)에 딱 붙이고 빵 터트리는 소리입니다. 예 chào [짜오], cha [짜]
tr	**[권설 마찰음]** 우리말의 'ㅉ'과 유사한 발음으로, 혀끝을 경구개(입천장 앞쪽)까지 올리고 'ㅊ' 소리가 나도록 발음하는 소리입니다. 예 trà [짜], trừ [쯔]

- 'th(유기음)'은 공기가 세게 빠져나가면서 소리가 나며, 이에 반해 't(무기음)'는 입술만 움직여서 소리냅니다.

- 'tr'은 't'와 'r'을 결합한 자음으로 권설음에 해당합니다. 권설음은 혀를 말아 혀끝이 경구개(입천장 앞쪽)까지 닿았을 때의 소리입니다. 영어의 'tr'의 발음과 다른 점에 유의하세요.
  예 trà [트라](X) [짜](O) / trang [트랑](X) [짱](O)

2 **(활음으로서의) 반모음**(활음: 한 음의 위치에서 다른 음의 위치로 옮겨갈 때 나는 소리, 과도음)

발음	특징
u, o	우리말의 '우'나 '어'와 유사한 발음으로, 앞의 자음/모음과 뒤의 모음을 연결하는 반모음입니다. 입술을 원 모양으로 동그랗게 말아 발음하며 혀가 높거나 중간 위치에 놓여 소리 나는 발음입니다.

■ 베트남어에서 활음 /w/는 입을 크게 벌려 발음하는 모음(a, e, o) 앞에서 입을 크게 벌려 발음하는 활음 'o'로 표기합니다. 또한, 입을 좁게 벌려 발음하는 모음(â, ê, ơ) 앞에서는 입을 좁게 벌려 발음하는 활음 'u'로 표기합니다.

예 soạn [쏘안], quân [꾸언]

1 녹음을 듣고 정확하게 발음해 보세요. 〔◁)) Track 05_2〕

1.

ia	tia	thia	chia	tria
ưa	tưa	thưa	chưa	trưa
ua	tua	thua	chua	trua

2.

o	to	tro	tho	cho
ô	tô	trô	thô	chô
u	tu	tru	thu	chu

3.

uy	tuy	thuy	chuy
uê	tuê	thuê	chuê
oe	toe	thoe	choe

2 예시와 같이 성조를 바꾸어 보세요. 🔊 Track 05_3

1. 'sắc' 성조를 'nặng' 성조로 바꿔 보세요.

예시 | hóa ▶ họa

quý _____   hóa _____

quế _____   đóa _____

quá _____   ngóa _____

2. 'sắc' 성조를 'hỏi' 성조로 바꿔 보세요.

예시 | hóa ▶ hỏa

quá _____   túy _____

tóa _____   thúy _____

thóa _____   húy _____

3 성조에 유의하여 다음 표를 소리 내어 읽어 보세요. 🔊 Track 05_4

1.

toa	tòa	tỏa	tọa
thuy	thùy	thủy	thụy
truy	trùy	trủy	trụy

2.

hoa	hóa	hòa	hỏa	họa
qua	quá	quà	quả	quạ
khoa	khóa	khòa	khỏa	khọa

3.

Cô Thúy đi nhà thờ.

Cô Hòa đi về quê.

4 녹음을 들으며 따라 써 보세요.

Cô Hòa khỏe. 호아 씨는 잘 지내요.

Cô Hòa khỏe. _____

_____

Cô Thủy đi chợ mua hoa. 투이 씨는 꽃을 사러 시장에 가요.

Cô Thủy đi chợ mua hoa. _____

_____

베트남어 발음 연습(6)

Unit 6

발음과 문자

🔊 Track 06_1

1 첫자음

발음	특징
x	**[무성 치경 마찰음]** 우리말의 'ㅆ'과 유사한 발음으로, 혓바닥을 윗잇몸에 가까이 대고 살살 흘리는 느낌으로 숨을 내보내는 소리입니다. 예 xa [싸], xí [씨]
d / gi	**[무성 치경 마찰음]** 우리말의 'ㅈ/ㅇ'과 유사한 발음으로, 혓바닥을 윗잇몸에 가까이 대고 살살 숨을 내보내며 성대를 울리는 소리입니다. 예 dài (남부)야이 / (북부)자이 　giá (남부)야 / (북부)자
s	**[권설 마찰음]** 우리말의 'ㅅ'과 유사한 발음으로, 혀끝을 앞쪽 경구개(입천장 앞쪽)까지 올리고 s/z를 발음하는 소리입니다. 예 sai [사이], sao [사오]

- 'd'와 'gi'는 비슷한 소리로 발음되며, 베트남 북부지방에서는 우리말의 'ㅈ'으로, 남부지방에서는 우리말의 'ㅇ'으로 발음합니다. 이는 베트남어 북부와 남부 발음을 구별하는 가장 큰 특징입니다.
  예 dung (남부)융 / (북부)줌
  　da (남부)야 / (북부)자

- 'gi'와 'gh'의 발음 차이에 유의하세요. 'gi'는 우리말의 'ㅈ/ㅇ' 소리가 나며, 'gh'는 우리말의 'ㄱ' 소리가 납니다.
  예 giá [(남부)야] / [(북부)자], ghét [겓]

■ 베트남 북부지방의 경우, 'x'와 's'는 같은 소리로 발음하며, 남부지방의 경우 's'는 영어의 'r'처럼 혀를 굴리는 권설음으로 발음합니다.

2 **(끝소리로서의) 반모음**(앞의 자음 혹은 모음과 모음을 섞어서 소리내는 발음이자 단어의 마지막에 위치하는 모음)

발음	특징
i, y	우리말의 '이'와 유사한 발음으로, 혀가 입 안의 앞부분에 위치하며 상단이나 후두에 가까운 위치에서 발음됩니다. 입술을 양 옆으로 벌리면서 앞의 자음/모음과 함께 섞어 소리냅니다.
u, o	우리말의 '우', '어'와 유사한 발음으로, 혀가 입 안의 뒷부분/하단에서 발음됩니다. 입을 둥글게 말아 앞의 자음/모음과 함께 섞어 소리냅니다.

■ 'i'와 'y'는 끝소리 반모음으로, 'i'는 앞에 장모음이 오는 경우에 사용되고, 'y'는 앞에 단모음이 오는 경우에 사용됩니다. 또한, 'u'와 'o' 역시 앞에 오는 음절의 길이와 개방 정도에 따라 다른 표기법을 가집니다.

예 tai [따이], tây [떠이]

연습 문제

1 녹음을 듣고 정확하게 발음해 보세요.   ◁)) Track 06_2

1.

sao	sôi	sui
xao	xôi	xui
dào	dồi	dùi

2.

bao giờ	khi nào	tại sao	thế nào
trời tối	đời mới	nghỉ hưu	nói gì

2 성조에 유의하여 다음 표를 소리 내어 읽어 보세요.

🔊 Track 06_3

1.

se sẻ	sù sụ
xù xì	xí xóa
dồi dào	giàu nghèo

2.

Bao giờ nó đi?

Tại sao nó chưa về nhà?

3 녹음을 들으며 따라 써 보세요.

🔊 Track 06_4

Bao giờ cô Mai tới? 언제 마이 씨가 도착하나요?

Bao giờ cô Mai tới?

_____

_____

Tại sao cô Mai chưa đi chợ? 왜 마이 씨는 아직도 시장에 안 갔어요?

Tại sao cô Mai chưa đi chợ?

_____

_____

베트남어 발음 연습(7)

발음과 문자

🔊 Track 07_1

1 단모음

발음	특징
â	우리말의 '어'와 유사한 발음으로, 혀가 입 안의 뒷부분/중간에 위치합니다. 모음의 길이가 짧은 단모음입니다.
ă	우리말의 '아'와 유사한 발음으로, 혀가 입 안의 뒷부분/하단에 위치합니다. 입술을 벌리고 강하게 소리내어 발음하며, 역시 모음의 길이가 짧은 단모음입니다.

■ 단모음 'â'는 짧은 '어', 장모음 'ơ'는 긴 '어'로 발음합니다.

■ 단모음 'ă'는 짧은 '아', 장모음 'a'는 긴 '아'로 발음합니다.

■ 'â'와 'ă'는 항상 끝모음의 앞에 위치합니다. 즉, 이 두 모음은 다른 모음들과 달리 끝음절에 놓일 수 없습니다.
예 nâu [너우], cây [꺼이] / ăn [안], tăng [땅]

2 끝자음

발음	특징
m	**[양순 비음]** 우리말의 받침 'ㅁ'과 유사한 발음으로, 두 입술을 붙이고 코로 공기를 내보내면서 입술을 떼서 내는 소리입니다. 예 cam [깜], làm [람]
n	**[치경 비음]** 우리말의 받침 'ㄴ'과 유사한 발음으로, 혓바닥을 윗잇몸에 붙이고 코로 숨을 흘려보내는 소리입니다. 예 son [선], mận [먼]
nh	**[경구개 비음]** 우리말의 받침 'ㄴ'과 유사한 발음으로, '냐', '녀', '뇨'와 같은 소리에서 혀끝을 윗잇몸에 붙이지 않고 내는 소리입니다. 예 chanh [짠], canh [깐]
ng	**[연구개 비음]** 우리말의 받침 'ㅇ'과 유사한 발음으로, 구체적으로는 '응아'에서 '으' 부분을 최대한 생략하고 빠르게 발음하는 소리입니다. 예 tang [땅], lưng [릉]

■ 위 자음들은 조음 위치에 따라 구분합니다. (m: 두 입술; n: 혀 앞-잇몸; nh: 혓바닥-입천장 앞; ng: 혀끝-연구개)

연습 문제

1 녹음을 듣고 정확하게 발음해 보세요.

🔊 Track 07_2

1.

bam	ban	banh	bang
đam	đan	đanh	đang
mam	man	manh	mang

2.

căn	cân	căm	câm
ngăn	ngân	ngăm	ngâm
nhăn	nhân	nhăm	nhâm

3.

hăn	hân	hăm	hâm
khăn	khân	khăm	khâm
găn	gân	găm	gâm

2 예시와 같이 성조를 바꾸어 보세요.

◁)) Track 07_3

1. 'ngang' 성조를 'huyền' 성조로 바꿔 보세요.

예시 │ ham ▶ hàm

ban _____   đam _____   nam _____

bang _____   đang _____   nang _____

băng _____   đăng _____   năng _____

2. sắc' 성조를 'hỏi' 성조로 바꿔 보세요.

예시 │ bán ▶ bản

bánh _____   cám _____   khám _____

bấn _____   cánh _____   kháng _____

bấm _____   cáng _____   khấn _____

3. 'nặng' 성조를 'ngã' 성조로 바꿔 보세요.

예시 │ vận ▶ vẫn

thậm _____   mạnh _____   sậm _____

tận _____   nhận _____   dậm _____

đậm _____   nạng _____   vận _____

3 성조에 유의하여 다음 표를 소리 내어 읽어 보세요.

mạnh mẽ	nhanh nhẹn	lanh lẹ
ăn sáng	ánh sáng	tắm nắng
thành phố	hàng không	sân bay

4 녹음을 들으며 따라 써 보세요.

Nó không ăn sáng. 그 아이는 아침을 먹지 않아요.

Nó không ăn sáng.

_____

_____

Ông đã ăn sáng chưa? 할아버지 아침 드셨나요?

Ông đã ăn sáng chưa?

_____

_____

Tôi sống ở Thành phố Hồ Chí Minh. 저는 호찌민시에 살아요.

Tôi sống ở Thành phố Hồ Chí Minh.

_____

_____

베트남어 발음 연습(8)

🔊 Track 08_1

1 **이중모음**(두 개의 모음이 하나로 결합되어 소리나는 모음)

발음	특징
iê [이에]	앞의 모음이 뒤의 모음과 결합되어 발음하는 모음 조합입니다. 따라서 뒤의 모음 소리가 거의 묵음 처리되는 경향이 있습니다.
ươ [으어]	예 tiếng Việt [띠엥 비엣 → 띵 빗], đường [드엉 → 등], uống [우옹 → 웅]
uô [우오]	

2 **끝자음**

발음	특징
p	**[양순 파열음]** 우리말의 받침 'ㅂ'과 유사하며, 두 입술을 붙였다가 빵 터트려 발음합니다. 예 hộp [홉], cấp [껍]
t	**[치경 파열음]** 우리말의 받침 'ㅅ'과 유사하며, 혀끝을 윗잇몸에 붙이고 빵 터트려 발음합니다. 예 một [못], tắt [땃]
ch	**[경구개 파열음]** 우리말의 받침 'ㄱ'과 유사하며, 혓바닥을 경구개(입천장 앞쪽)에 붙이고 빵 터트려 발음합니다. 예 cách [깍], lịch [릭]
c	**[연구개 파열음]** 우리말의 받침 'ㄱ'과 유사한 발음으로, 혀의 뒷부분으로 연구개(입천장 뒤쪽)를 막기만 하고 터트리지는 않는 소리입니다. 예 các [깍], sạc [삭]

■ 끝자음 'ng [이]'과 'c [ㄱ]'는 모음 'u', 'ô', 'o'의 뒤에 위치하는 경우에 입 안에 공기를 가득 넣고 다물어서 발음합니다. 이 과정에서 발음의 소리가 'ng [이]'는 [ŋm(ㅁ)]으로 변화하며, 'c [ㄱ]'는 [kp (ㅂ)]으로 변화합니다.

예 công [꼼], nóng [넘], học [헙], cốc [꼽]

연습 문제

1 녹음을 듣고 정확하게 발음해 보세요.　　　　　　　　　　　　　Track 08_2

1.

tiếp	thiếp	khiếp
tước	thước	khước
tuôn	thuôn	khuôn

2.

tát	thát	khát
tách	thách	khách
tác	thác	khác

3.

điếc	chiếc	siết
được	chước	sướt
đuốc	chuốc	suốt

4.

đêm đẹp	thiêm thiếp
man mát	chân chất
sành sạch	khanh khách

2 성조에 유의하여 다음 표를 소리 내어 읽어 보세요.　　　　　　　　Track 08_3

1.
Nhà này sạch, mát.

Ông thích nghe nhạc không?

2.
Anh học tiếng Việt, phải không?

Anh thích học tiếng Việt không?

3 녹음을 들으며 따라 써 보세요.   Track 08_4

Tôi thích học tiếng việt. 저는 베트남어 배우는 것을 좋아해요.

Tôi thích học tiếng việt.
_____

_____

Anh có thích đọc sách không? 형은 책 읽는 것을 좋아하나요?

Anh có thích đọc sách không?
_____

_____

Ông có mệt lắm không? 할아버지 많이 피곤하신가요?

Ông có mệt lắm không?
_____

_____

Unit 9
성조의 결합과 발음

발음과 문자

1 **성조의 결합**

여러 성조를 연결하여 발음할 때, 성조의 톤이 조금씩 변경될 수 있음에 유의하세요. 하지만 기본적으로 각 성조마다의 특성은 변화하지 않습니다.

1. 베트남어 6성조표 복습하기

ngang	huyền	hỏi	ngã	sắc	nặng

2. 두 성조로 연결된 단어를 따라 읽으며 연습하기　　　🔊 Track 09_1

■ 두 개의 'ngang' 성조로 연결된 단어

thanh niên	hôm nay	luôn luôn
trung tâm	năm qua	nông thôn

■ 'ngang' 성조와 'huyền' 성조로 연결된 단어

bây giờ	gia đình	sông ngòi
đi làm	chương trình	nhu cầu

■ 'ngang' 성조와 'hỏi' 성조로 연결된 단어

không phải	chỉ trả	cây có
đơn giản	cơ sở	nho nhỏ

■ 'ngang' 성조와 'ngã' 성조로 연결된 단어

khiêu vũ	xin lỗi	nuôi dưỡng
vô nghĩa	trang nhã	kiên nhẫn

■ 'ngang' 성조와 'sắc' 성조로 연결된 단어

văn hoá	không khí	biên giới
y tá	tin tức	cao cấp

■ 'ngang' 성조와 'nặng' 성조로 연결된 단어

du lịch	siêu thị	tham dự
doanh nghiệp	quan hệ	bưu điện

■ 'huyền' 성조와 'ngang' 성조로 연결된 단어

thời gian	hành tinh	người Anh
thường xuyên	thành công	nhà văn

■ 두 개의 'huyền' 성조로 연결된 단어

hàng nghìn	tình hình	đồng hồ
hoàn thành	truyền hình	nhà hàng

■ 'huyền' 성조와 'hỏi' 성조로 연결된 단어

đầy đủ	tài khoản	bình thản
điều chỉnh	hình ảnh	đèn đỏ

■ 'huyền' 성조와 'ngã' 성조로 연결된 단어

bình tĩnh	trình diễn	đồng nghĩa
liều lĩnh	người Mỹ	còn nữa

■ 'huyền' 성조와 'sắc' 성조로 연결된 단어

thành phố	hành chính	trà đá
tài chính	hình thức	bài báo

■ 'huyền' 성조와 'nặng' 성조로 연결된 단어

thành thật	hàng triệu	lành mạnh
trường hợp	trường học	đề nghị

■ 'hỏi' 성조와 'ngang' 성조로 연결된 단어

bản tin	ủy ban	thủ công
bổ sung	rủi ro	khả năng

■ 'hỏi' 성조와 'huyền' 성조로 연결된 단어

phở bò	chả giò	bảo tàng
nghỉ hè	chủ nhà	buổi chiều

■ 두 개의 'hỏi' 성조로 연결된 단어

thỉnh thoảng	chuyển đổi	uyển chuyển
thủ trưởng	bảo đảm	hủy bỏ

■ 'hỏi' 성조와 'ngã' 성조로 연결된 단어

sửa chữa	cảm nghĩ	thủ lĩnh
nghỉ lễ	hoả tiễn	triển lãm

■ 'hỏi' 성조와 'sắc' 성조로 연결된 단어

buổi sáng	quảng cáo	cảnh sát
phở tái	quyển sách	tiểu thuyết

■ 'hỏi' 성조와 'nặng' 성조로 연결된 단어

buổi học	chủ nhật	chuẩn bị
bảo vệ	thể dục	tưởng tượng

■ 'ngã' 성조와 'ngang' 성조로 연결된 단어

nữ sinh	ngã ba	sĩ quan
ngã tư	hãng phim	diễn văn

■ 'ngã' 성조와 'huyền' 성조로 연결된 단어

dễ dàng	khẽ khăng	lữ hành
giữ gìn	sẵn sàng	rõ ràng

■ 'ngã' 성조와 'hỏi' 성조로 연결된 단어

chỗ ở	mỹ phẩm	dũng cảm
ngã bảy	bãi biển	bãi bỏ

■ 두 개의 'ngã' 성조로 연결된 단어

mãi mãi	bỡ ngỡ	mỹ mãn
kỹ lưỡng	miễn cưỡng	chữ nghĩa

■ 'ngã' 성조와 'sắc' 성조로 연결된 단어

miễn phí	lễ phép	chữ viết
ngữ pháp	miễn thuế	chữ số

■ 'ngã' 성조와 'nặng' 성조로 연결된 단어

kỹ thuật	lãnh đạo	vũ trụ
kỹ nghệ	lĩnh vực	mỹ thuật

■ 'sắc' 성조와 'ngang' 성조로 연결된 단어

chuyến bay	giấc mơ	khó khăn
chứng minh	tiếp viên	trái tim

■ 'sắc' 성조와 'huyền' 성조로 연결된 단어

nước ngoài	áo dài	vấn đề
tốc hành	bắt đầu	bánh xèo

■ 'sắc' 성조와 'hỏi' 성조로 연결된 단어

có thể	chính phủ	xuất khẩu
kết quả	xuất cảnh	tác giả

■ 'sắc' 성조와 'ngã' 성조로 연결된 단어

bác sĩ	hấp dẫn	thiếu nữ
tiến sĩ	phá vỡ	Bắc Mỹ

■ 두 개의 'sắc' 성조로 연결된 단어

chú ý	thế giới	cấp cứu
chắc chắn	ý thức	khám phá

■ 'sắc' 성조와 'nặng' 성조로 연결된 단어

xí nghiệp	thức dậy	xuất hiện
sáng tạo	khách sạn	kết luận

■ 'nặng' 성조와 'ngang' 성조로 연결된 단어

chị em	thập niên	cạnh tranh
tự do	động viên	bệnh nhân

■ 'nặng' 성조와 'huyền' 성조로 연결된 단어

vợ chồng	dịu dàng	thực hành
thị trường	hoạt hình	rượu chè

■ 'nặng' 성조와 'hỏi' 성조로 연결된 단어

học giỏi	nhập cảnh	hiệu quả
Nhật Bản	nhập khẩu	lịch sử

■ 'nặng' 성조와 'ngã' 성조로 연결된 단어

phụ nữ	gặp gỡ	lạnh lẽo
mạnh mẽ	ngoại ngữ	nghệ sĩ

■ 'nặng' 성조와 'sắc' 성조로 연결된 단어

hộ chiếu	tạp chí	lợi ích
thực tế	thị trấn	hệ thống

■ 두 개의 'nặng' 성조로 연결된 단어

lịch sự	bệnh viện	đại học
dịch vụ	hoạt động	luyện tập

3. 세 개의 성조로 연결된 단어를 따라 읽으며 연습하기

🔊 Track 09_2

■ 세 개의 'ngang' 성조

đi sân bay	hai thanh niên	đi công viên
anh em tôi	đi tham quan	hai cha con

■ 세 개의 'huyền' 성조

đồng hồ này	nhà hàng này	đài truyền hình
đầu tuần này	tình hình này	hàng nghìn người

■ 세 개의 'ngã' 성조

sẽ mãi mãi	hãy nghĩ kỹ	vẫn chỗ cũ	vẫn miễn cưỡng

■ 세 개의 'hỏi' 성조

bảo đảm cả	hỏi thủ trưởng	chuyển đổi cả	thỉnh thoảng hỏi

■ 세 개의 'sắc' 성조

rất cố gắng	uống nước đá	ý kiến đó
có ý kiến	chắc chắn chứ	giá đắt quá

■ 세 개의 'nặng' 성조

một bệnh viện	đại học luật	thật lịch sự
được độc lập	nghệ thuật họa	hoạt động mạnh

의문문의 경우 평서문보다 약간 더 높은 음으로 말하는 차이만 존재할 뿐 성조 자체는 변하지 않습니다.

- 'ngang' 성조로 끝나는 문장

  • Cô ăn cơm chưa? 선생님은 식사하셨나요?

  • Anh Nam chưa đi ăn cơm. 남 씨는 아직 식사를 못 했어요.

- 'huyền' 성조로 끝나는 문장

  • Bà là người nước nào? 할머니께서는 어느 나라 사람이신가요?

  • Nhiều người thích nhà hàng này. 많은 사람들이 이 레스토랑을 좋아해요.

- 'hỏi' 또는 'ngã' 성조로 끝나는 문장

  • Tôi sẽ hỏi. 제가 물어볼게요.

  • Xin lỗi, tôi chưa hiểu rõ. 실례지만, 저는 잘 이해하지 못했어요.

- 'sắc' 성조로 끝나는 문장

  • Nó rất cố gắng. 그 아이는 매우 열심히 해요.

  • Nó rất thích nước đá. 그 아이는 얼음물을 매우 좋아해요.

- 'nặng' 성조로 끝나는 문장

  • Chị ấy dạy ở Đại học Luật. 그녀는 법률대학에서 가르쳐요.

  • Chị tôi thích nghe nhạc nhẹ. 제 언니는 대중음악을 좋아해요.

Part 2. 회화편

Xin lỗi, anh tên là gì?

Bài 1

실례지만, 당신의 이름은 무엇인가요?

새 단어   *회화문에서 배울 새 단어를 미리 학습해 보세요.

◁)) Track 01_1

xin lỗi 실례합니다, 사과하다	**anh** 당신(2인칭)
tên 이름, 명칭	**là** ~이다
gì 무엇	**chào** 안녕하세요, 인사하다
rất vui được…… ~하게 되어 기쁘다	**gặp** 만나다
cô 당신(여성을 가리킴)	**có……không?** ~인가요?(아닌가요?)
khỏe 좋다, 건강하다	**tôi** 나, 저
còn……? ~은(는)요?	**cảm ơn** 고맙습니다, 감사하다
cũng 역시, 또한	**hẹn gặp lại** 다시 만나요
sinh viên 학생, 대학생	**cô giáo** 여자 선생님
các 모든, 전~ (복수를 나타냄)	**bạn** 친구, 동료

회화

1. 리셉션에서 처음 만난 빈과 제임스

Track 01_2

Bình	Chào anh.
J.Baker	Chào anh. Xin lỗi, anh tên là gì?
Bình	Tôi tên là Bình. Rất vui được gặp anh.
J.Baker	Tôi tên là James. Rất vui được gặp anh.

빈	안녕하세요.
J.베이커	안녕하세요. 실례지만, 당신의 이름은 무엇인가요?
빈	제 이름은 빈입니다. 만나서 반가워요.
J.베이커	제 이름은 제임스입니다. 만나서 반가워요.

2. 서로 아는 사이인 비엣과 란

Track 01_3

Việt	Chào cô Lan. Cô có khỏe không?
Lan	Chào anh Việt. Tôi khỏe. Còn anh?
Việt	Cảm ơn cô. Tôi cũng khỏe.
Lan	Chào anh. Hẹn gặp lại.
Việt	Chào cô. Hẹn gặp lại.

비엣	란 씨, 안녕하세요. 잘 지냈나요?
란	비엣 씨, 안녕하세요. 저는 잘 지내요. 당신은요?
비엣	고마워요. 저도 잘 지내요.
란	잘 가요. 다시 만나요.
비엣	잘 가요. 다시 만나요.

3. 교실에서

Track 01_4

Sinh viên	Chào cô.
Cô giáo	Chào các bạn. Các bạn khỏe không?
Sinh viên	Dạ, khỏe. Cảm ơn cô. Còn cô?
Cô giáo	Cảm ơn. Tôi cũng khỏe.

학생들	선생님, 안녕하세요.
선생님	여러분, 안녕하세요. 여러분, 잘 지냈나요?
학생들	네, 잘 지내요. 감사합니다. 선생님은요?
선생님	고마워요. 저도 잘 지내요.

🔍 Warming up!

● 베트남어의 기본 어순

베트남어는 한국어와 달리 보통 '주어 + 동사 + 목적어' 순으로 문장을 구성합니다. 또한, 피수식어가 수식어의 앞에 오는 형태가 보편적이므로 한국어와 어순이 반대가 되는 경우를 자주 볼 수 있습니다.

한국어 어순	베트남어 어순
수식어 + 피수식어	피수식어 + 수식어
나는 [맛있는 밥을] 먹는다	나는 먹는다 [밥을 맛있는]
주어　목적어　동사	주어　동사　목적어

● 성조 표기법

성조는 자음이 아닌 모음 위(또는 아래)에 표기하며, 모음의 수와 끝자음의 존재 여부에 따라 성조 표기 위치가 정해집니다.

모음 수	표기 위치	예시
1 (단모음)	해당 모음의 위(또는 아래)	gì, xã, một, sách
2 (이중모음)	끝자음이 없을 경우, 첫 번째 모음	cái, não, chào
	끝자음이 있을 경우, 두 번째 모음	trường, quận, giống
3 (삼중모음)	끝자음이 없을 경우, 두 번째 모음	liệu ,người, giới
	끝자음이 있을 경우, 세 번째 모음	truyện, nguyễn, giường

문법

1 연결동사 là

연결동사 'là'는 '~입니다'라는 의미로 문장의 주어와 (대)명사를 연결하는 서술어 역할을 합니다. 'là'는 때에 따라 생략하기도 합니다.

- Tôi tên là Nam. 제 이름은 남입니다.
- Tôi tên Nam. 저는 남입니다.

2 의문사 gì

'gì'는 '무엇', '무슨'이라는 의미의 의문사입니다. 동사 또는 연결동사 'là' 뒤에 위치합니다.

- A Anh tên là gì? 당신의 이름은 무엇인가요?

  B Tôi tên là Nam. 제 이름은 남입니다.

- A Cô tên là gì? 당신의 이름은 무엇인가요?

  B Tôi tên là Jane. 제 이름은 제인입니다.

3 2인칭 단수 대명사

베트남어의 2인칭 단수 대명사는 화자와 상대방 사이의 관계, 성별, 나이, 지위에 따라 정해집니다. 아래의 표현은 원래 가족, 친척을 지칭하는 호칭이지만, 지인이나 타인 등 일반적인 관계에서도 두루 사용할 수 있습니다. 또한 일상 회화에서 자기 자신을 지칭할 때도 보통 '나(tôi)'라고 하지 않고, 아래의 호칭을 씁니다. 이는 상대방과 나의 관계에 따라 결정됩니다.

ông	**할아버지** 나이든 남성, 또는 사회적 지위가 높은 남성을 지칭하는 말
bà	**할머니** 나이든 여성, 또는 사회적 지위가 높은 여성을 지칭하는 말

anh	**형, 오빠** 젊은 남성, 또는 자신과 동갑이거나 더 나이든 남성을 지칭하는 말
chị	**누나, 언니** 젊은 여성, 또는 자신과 동갑이거나 더 나이든 여성을 지칭하는 말
cô	**(여자) 선생님** 여성을 일반적으로 지칭하는 말
thầy	**(남자) 선생님** 남성을 일반적으로 지칭하는 말
em	**동생** 어린이, 젊은이, 또는 나이가 어린 사람을 지칭하는 말

🔍 **Tip!** 베트남어의 호칭은 일상 회화에서 매우 중요한 역할을 합니다. 보통 인사를 나눌 때 '안녕하세요'라는 의미의 '(Xin) Chào' 뒤에 상대방의 호칭을 부르는 것이 일반적입니다. 혹은 '호칭 + 상대방의 이름'을 함께 부르기도 합니다.

4 **có⸱⸱⸱⸱⸱⸱không 의문문**

'có⸱⸱⸱⸱⸱⸱không?'은 '~합니까?'라는 의미로 의문문을 만들며, 상황에 따라 'có'는 생략할 수 있습니다. 또한 긍정형에서는 '네(có)', 부정형에서는 '아니요(không)'라고 대답합니다.

- **A** Anh có khỏe không? 잘 지내셨나요?

  B Cảm ơn, tôi khỏe. 고마워요, 저는 잘 지내요.

- **A** Chị khỏe không? 잘 지내셨나요?

  B Không, tôi không khỏe. 아니요, 저는 잘 못 지내요.

1 **Chào**……. ~, 안녕하세요.

Chào	ông.	할아버지, 안녕하세요.
	bà.	할머니, 안녕하세요.
	anh.	형(오빠), 안녕하세요.
	chị.	누나(언니), 안녕하세요.

2 **Rất vui được gặp**……. ~, 만나서 반갑습니다.

Rất vui được gặp	ông.	할아버지, 만나서 반갑습니다.
	bà.	할머니, 만나서 반갑습니다.
	anh.	형(오빠), 만나서 반갑습니다.
	chị.	누나(언니), 만나서 반갑습니다.

3 ……**có khỏe không?** ~은(는) 잘 지내세요?

Ông		할아버지는 잘 지내세요?
Bà	có khỏe không?	할머니는 잘 지내세요?
Anh		형(오빠)은 잘 지내세요?
Chị		누나(언니)는 잘 지내세요?

4 **Còn**……? ~은(는)요?

Còn	anh?	형(오빠)은요?
	chị?	누나(언니)는요?
	cô?	이모(고모, 선생님)은요?
	các bạn?	친구들은요?

1 대화를 듣고 질문에 답해 보세요. 🔊 Track 01_6

    1. 여자의 이름은 무엇인가요?

      ① Nam   ② Kim

    2. 남자의 이름은 무엇인가요?

      ① Nam   ② Kim

2 두 명씩 짝을 지어 다음 문장을 완성한 후, 자유롭게 대화해 보세요.

    A Chào ¹⁾ ＿＿＿＿＿. ²⁾ ＿＿＿＿＿＿＿ khỏe không ạ?

    B Cảm ơn ³⁾ ＿＿＿＿＿. Tôi ⁴⁾ ＿＿＿＿＿. Còn ⁵⁾ ＿＿＿＿＿?

    A Cảm ơn ⁶⁾ ＿＿＿＿＿. Tôi cũng ⁷⁾ ＿＿＿＿＿.

    B Chào ⁸⁾ ＿＿＿＿＿. Hẹn gặp lại.

    A Chào ⁹⁾ ＿＿＿＿＿. Hẹn gặp lại.

3 빈칸에 들어갈 알맞은 단어를 〈보기〉에서 골라 써 보세요.

> 보기 | khỏe / tên / gì / là

    1. Anh Nam khỏe, cô Mai cũng ＿＿＿＿＿.
        남 씨는 잘 지내요. 마이 씨도 잘 지내요.

    2. Ông Lâm khỏe, cô Hà không ＿＿＿＿＿.
        럼 씨는 잘 지내요. 하 씨는 잘 못 지내요.

    3. Tôi tên là Bình. Anh tên là ＿＿＿＿＿?
        제 이름은 빈입니다. 당신의 이름은 무엇인가요?

4. Tôi _____ là Mai. Ông _____ _____ _____?

제 이름은 마이입니다. 당신의 이름은 무엇인가요?

---

4 빈칸에 들어갈 알맞은 단어를 〈보기〉에서 골라 써 보세요.

보기 | (1) Bà tên là gì?

(2) Cảm ơn anh.

(3) Cô có khỏe không?

(4) Rất vui được gặp ông.

예시 | Chào cô Mai. (3) Cô có khỏe không?

안녕하세요, 마이 선생님. 선생님은 잘 지내시나요?

1. Xin lỗi. ( ) _____. 실례합니다. 당신의 이름은 무엇인가요?

2. Tôi tên là Lan. ( ) _____. 제 이름은 란입니다. 만나서 반가워요.

3. Tôi cũng khỏe. ( ) _____. 저도 잘 지내요. 감사합니다.

---

5 그림을 보고, 대화의 빈칸에 들어갈 인칭대명사(anh, chị, ông, bà, cô)를 써 보세요.

A 1) _____

có khỏe không ạ?

잘 지내세요?

B Cảm ơn 2) _____.

Tôi khỏe.

고마워요.

저는 잘 지내요.

A Xin lỗi, 3) _____.

tên là gì?

실례지만,

당신 이름이 뭐예요?

B Tôi tên là tân.

Còn 4) _____?

제 이름은 떤입니다.

당신은요?

A Xin lỗi, [5] _____.
tên là gì?
실례지만,
당신 이름이 뭐예요?

B Tôi tên là Mai.
Còn [6] _____?
제 이름은 마이입니다.
당신은요?

6 단어를 알맞게 배열하여 문장을 완성해 보세요.

1. Peter / là / tôi / tên ➡ _____.
제 이름은 피터입니다.

2. có / bà / không / khỏe ➡ _____?
잘 지내시나요?

3. John / anh / khỏe / cũng ➡ _____.
존 씨도 잘 지내요.

4. tôi / khỏe / không ➡ _____.
저는 잘 못 지내요.

5. gặp / rất vui / được / ông ➡ _____.
만나서 반갑습니다.

7 예시와 같이 '……có……không'을 이용하여 평서문을 의문문으로 만들어 보세요.

예시 | 평서문 Anh Bình khỏe. 빈 씨는 잘 지내요.

의문문 Bình <u>có</u> khỏe <u>không</u>? 빈 씨는 잘 지내나요?

1. Cô Mai khỏe. ➡ _____?
마이 씨는 잘 지내요.

2. Ông Năm khỏe. ➡ _____?
남 씨는 잘 지내요.

3. Chị Thúy khỏe. ➡ _____?

투이 씨는 잘 지내요.

8 질문에 대해 자유롭게 답을 써 보세요.

1. Anh/Chị tên là gì? ➡ _____.

오빠(형)/언니(누나)의 이름은 뭐예요?

2. Anh/Chị có khỏe không ạ? ➡ _____.

오빠(형)/언니(누나)는 잘 지냈나요?

9 녹음을 듣고 문장을 따라 써 보세요. 〔◁))) Track 01_7

Chào anh. Tôi tên là Bình. 안녕하세요. 제 이름은 빈입니다.

Chào anh. Tôi tên là Bình. _____

Xin lỗi, anh tên là gì? 실례지만, 당신의 이름은 무엇인가요?

Xin lỗi, anh tên là gì? _____

Anh có khỏe không? 당신은 잘 지냈나요?

Anh có khỏe không? _____

Chào anh. Hẹn gặp lại. 안녕히 계세요. 다음에 만나요.

Chào anh. Hẹn gặp lại. _____

Bài 2

Cô là người nước nào?

당신은 어느 나라 사람인가요?

학습 Point

- ☐ 국적을 나타내는 표현
- ☐ 공손한 대답 dạ
- ☐ phải không 의문문
- ☐ 3인칭 단수 대명사
- ☐ 2, 3인칭 복수 대명사
- ☐ 접속사 còn
- ☐ 지시대명사 đây, đó / đấy, kia

 새 단어 *회화문에서 배울 새 단어를 미리 학습해 보세요.

người 사람	**nước** 나라, 국가 / 물
nào 어느, 어떤	**phải không** ~입니까?, ~이죠?
dạ 네(남부식, 정중한 대답)	**Mỹ** 미국
vâng 네(북부식, 정중한 대답)	**Nhật Bản** 일본
đây 이것, 이분	**ai** 누구
ấy 그분, 그(것), 저(것)	**Anh** 영국

1. 처음 만난 톰과 마리

🔊 Track 02_2

Tom	Chào cô.
Mary	Chào anh. Xin lỗi, anh tên là Henry, phải không?
Tom	Dạ, không phải. Tôi không phải là Henry.
	Tôi tên Tom, Tom Scott.
	Còn cô, cô tên là gì?
Mary	Tôi tên là Mary. Anh là người Mỹ, phải không?
Tom	Vâng, tôi là người Mỹ.

톰	안녕하세요.
마리	안녕하세요. 실례지만, 당신은 헨리 씨 맞나요?
톰	네, 아닙니다. 저는 헨리가 아니에요.
	제 이름은 톰, 톰 스콧이에요.
	당신은요? 당신은 이름이 무엇입니까?
마리	제 이름은 마리입니다. 당신은 미국 사람 맞나요?
톰	네, 저는 미국 사람입니다.

2. 요코와 톰을 처음 만난 남

Yoko	Chào anh.
Nam	Chào cô. Xin lỗi, cô là người nước nào?
Yoko	Tôi là người Nhật. Tên tôi là Yoko Ono. Còn anh, anh tên là gì?
Nam	Tôi tên là Nam. Xin lỗi, còn đây là ai?
Yoko	Đây là anh Tom. Anh ấy là người Anh.
Nam	Chào anh Tom. Rất vui được gặp anh.
Tom	Chào anh. Rất vui được gặp anh.

요코	안녕하세요.
남	안녕하세요. 실례지만, 당신은 어느 나라 사람인가요?
요코	저는 일본 사람이에요. 제 이름은 요코 오노입니다. 당신은요, 당신의 이름은 무엇인가요?
남	제 이름은 남입니다. 실례지만 이분은 누구시죠?
요코	이분은 톰 씨입니다. 그는 영국 사람입니다.
남	톰 씨, 안녕하세요. 만나서 반가워요.
톰	안녕하세요. 만나서 반가워요.

문법

1 공손한 대답 dạ

'dạ'는 상대방의 질문에 대답할 때 문장의 첫머리에 위치하여 격식을 나타내는 표현입니다. 예시와 같이 긍정문과 부정문 구분없이 모두 사용합니다.

> • **A** Anh là người Việt, phải không? 당신은 베트남 사람입니까?
>
>   **B** Dạ, phải. 네. 맞아요.
>
> • **A** Chị là người Nhật, phải không? 당신은 일본 사람입니까?
>
>   **B** Dạ, không phải. 네. 아니에요.

> 단어 Việt / Việt Nam 베트남

2 phải khong 의문문

상대방의 의견을 확인하거나 동의를 얻기 위해 '맞죠?', '그렇죠?'라는 뜻으로 쓰이는 부가 의문문은 문미에 'phải không'을 넣어 만듭니다. 이에 대한 답변 방식을 함께 알아봅시다.

의문문	Anh là người Mỹ, phải không? 당신은 미국 사람 맞나요?
긍정 답변	Phải / Vâng. Tôi là người Mỹ. 맞아요. 저는 미국 사람입니다.
부정 답변	Không / Không phải. Tôi không phải là người Mỹ. Tôi là người Anh. 아니요. 저는 미국 사람이 아닙니다. 저는 영국 사람입니다.
짧은 답변	Dạ, phải / Dạ, vâng. 네. 맞아요. Dạ, không phải. 네. 아니에요.

3 3인칭 단수 대명사

3인칭 단수 대명사는 2인칭 단수 대명사 뒤에 'ấy'를 붙이기만 하면 완성됩니다.

2인칭 단수 대명사	3인칭 단수 대명사
ông 할아버지	ông ấy 그 할아버지
bà 할머니	bà ấy 그 할머니
anh 형(오빠)	anh ấy 그 형(오빠)
chị 누나(언니)	chị ấy 그 누나(언니)
cô 여자 선생님	cô ấy 그 여자 선생님

4 2, 3인칭 복수 대명사

'các'은 2인칭 단수 대명사와 3인칭 단수 대명사 앞에 위치하여 '~들'이라는 의미의 복수형을 만듭니다.

2, 3인칭 복수 대명사		
các ~들	ông 할아버지 → các ông 할아버지들 bà 할머니 → các bà 할머니들 anh 형(오빠) → các anh 형(오빠)들 chị 누나(언니) → các chị 누나(언니)들	2인칭 복수 대명사
	ông ấy 그 할아버지 → các ông ấy 그 할아버지들 bà ấy 그 할머니 → các bà ấy 그 할머니들 anh ấy 그 형(오빠) → các anh ấy 그 형(오빠)들	3인칭 복수 대명사

5 접속사 còn

'còn'은 '그러는', '그리고'라는 의미의 접속사이며, 상대방의 말을 되묻거나 앞서 언급한 것에 대해 대비되는 내용을 말할 때 사용합니다.

- Tôi là người Việt. Còn anh? 저는 베트남 사람입니다. 당신은요?

- Cô Jane là người Mỹ, còn cô Marie là người Pháp.
  제인 씨는 미국 사람이고, 마리애 씨는 프랑스 사람입니다.

단어 Pháp 프랑스

6 지시대명사 đây, đó / đấy, kia

지시대명사 'đây'는 화자와 청자 가까이에 있는 대상을 지칭할 때 '이분', '이분'이라는 뜻으로 사용합니다. 'đó / đấy'는 화자에게는 멀리 있으나 청자에게 가까이 있는 경우 '그것', '그분'이라는 뜻으로 사용하며, 'kia'는 화자와 청자 모두 멀리 있는 경우의 대상을 지칭할 때 '저것', '저분'이라는 의미로 사용합니다.

- Đây là cái gì? 이것은 무엇입니까?

- Đó là Yoko, người Nhật. 그 사람은 요코, 일본인입니다.

- Đấy là sách của tôi. 그것은 저의 책입니다.

- Đây là anh Tom, người Mỹ. Còn kia là chị Marie, người Pháp.
  이분은 톰 씨, 미국 사람입니다. 그리고 저분은 마리 씨, 프랑스 사람입니다.

1 ······**là người nước nào?**   ~은(는) 어느 나라 사람인가요?

Cô	
Anh	
Chị	**là người nước nào?**
Ông	
Bà	

선생님은 어느 나라 사람인가요?
형(오빠)은 어느 나라 사람인가요?
누나(언니)는 어느 나라 사람인가요?
할아버지는 어느 나라 사람인가요?
할머니는 어느 나라 사람인가요?

2 **Tôi là người**······.   저는 ~사람입니다.

	Pháp.	저는 프랑스 사람입니다.
	Mỹ.	저는 미국 사람입니다.
Tôi là người	Úc.	저는 호주 사람입니다.
	Đức.	저는 독일 사람입니다.
	Nhật.	저는 일본 사람입니다.

3 **Tôi không phải là người**······.   저는 ~사람이 아닙니다.

	Nhật.	저는 일본 사람이 아닙니다.
Tôi không phải là người	Đức.	저는 독일 사람이 아닙니다.
	Việt.	저는 베트남 사람이 아닙니다.

4 ······**là anh Tom.**   ~은(는) 톰 씨입니다.

Đây	
Đó	**là anh Tom.**
Kia	

이분은 톰 씨입니다.
그분은 톰 씨입니다.
저분은 톰 씨입니다.

5 ……là người……phải không? ~은(는) ~사람입니까?

Anh		Hàn Quốc		형(오빠)은 한국 사람입니까?
Chị		Mỹ		누나(언니)는 미국 사람입니까?
Ông	là người	Pháp	phải không?	할아버지는 프랑스 사람입니까?
Bà		Nhật		할머니는 일본 사람입니까?
Cô		Trung Quốc		선생님은 중국 사람입니까?

단어 Úc 호주 | Đức 독일 | Hàn Quốc 한국 | Trung Quốc 중국

연습 문제

1 대화를 듣고 질문에 대한 알맞은 답을 고르세요.   ◁» Track 02_5

  1. 마리코는 어느 나라 사람인가요?

    ① Người Nhật   ② Người Pháp

  2. 마이크는 어느 나라 사람인가요?

    ① Mỹ   ② Anh

2 대화를 듣고 질문에 대한 알맞은 답을 고르세요.   ◁» Track 02_6

  1. 존 씨는 어느 나라 사람인가요?

    ① Anh   ② Úc

  2. 김 씨는 어느 나라 사람인가요?

    ① Nhật   ② Hàn Quốc

3 주어진 단어와 같은 부류에 속하는 단어를 써 보세요.

1. Người Việt, _____, _____, _____

2. Anh, Chị, _____, _____, _____

3. Ông ấy, _____, _____, _____

4 자신의 이름과 국적에 대해 써 보고 자유롭게 대화해 보세요.

_____

_____

_____

_____

5 그림을 보고 빈칸을 채워 대화를 완성해 보세요.

> **A** Xin lỗi, 1) _____ là gì?
> 실례지만, 당신의 이름은 무엇입니까?
>
> **B** Tôi tên là 2) _____.
> 제 이름은 프란시스입니다.
>
> **A** Anh là người 3) _____?
> 당신은 어느 나라 사람입니까?
>
> **B** Tôi là người 4) _____.
> 저는 미국 사람입니다.

Francis / Mỹ

A Xin lỗi, 5) _____ _____ là gì?

실례지만, 당신의 이름은 무엇입니까?

B Tôi tên 6) _____ _____.

제 이름은 리입니다.

A 7) _____ là người _____?

당신은 어느 나라 사람입니까?

B Tôi là 8) _____ _____ _____.

저는 중국 사람입니다.

Li / Trung Quốc

A Xin lỗi, 9) _____ _____ _____ _____?

실례지만, 당신의 이름은 무엇입니까?

B Tôi 10) _____ _____ _____.

제 이름은 영남입니다.

A 11) _____ là _____ nước _____?

당신은 어느 나라 사람입니까?

B Tôi 12) _____ _____ _____ _____.

저는 한국 사람입니다.

Young Nam /
Hàn Quốc

A Xin lỗi, 13) _____ _____ người Nhật, phải không?

실례지만, 당신은 일본 사람입니까?

B Dạ, không phải. Tôi là 14) _____ _____.

네, 아닙니다. 저는 베트남 사람입니다.

A 15) _____ tên _____ _____?

당신의 이름은 무엇입니까?

B Tôi 16) _____ _____ _____.

제 이름은 란입니다.

Lan / Việt

6 빈칸에 들어갈 알맞은 단어를 〈보기〉에서 골라 써 보세요.

보기 | người Việt / không phải / người / tên

Chào các bạn. Tôi ¹⁾ _____ là Nam. Tôi là ²⁾ _____.
안녕하세요, 여러분. 제 이름은 남입니다. 저는 베트남 사람입니다.

Còn đây là Yoko. 그리고 이분은 요코 씨입니다.

Cô ấy là ³⁾ _____ Nhật. 그녀는 일본 사람입니다.

Cô ấy ⁴⁾ _____ là người Việt. 그녀는 베트남 사람이 아닙니다.

7 박스 안의 단어 중 알맞은 단어를 선택해 보세요.

1. Anh Nam không phải là người Hàn Quốc. [Anh ấy / Ông ấy] là người Việt.

2. Bà Park không phải là người Nhật. [Cô ấy / Bà ấy] là người Hàn Quốc.

3. Tom và John không phải là người Anh. [Anh ấy / Các anh ấy] là người Mỹ.

4. Chị Judy không phải là người Pháp. [Chị ấy / Cô ấy] là người ÚC.

단어 và 그리고

8 예시와 같이 '……phải không?'을 사용하여 평서문을 의문문으로 바꿔 보세요.

예시 | 평서문 Anh Nam là người Việt. 남 씨는 베트남 사람입니다.
의문문 Anh Nam là người Việt, phải không? 남 씨는 베트남 사람입니까?

1. Cô ấy tên là Chì. 그녀의 이름은 찌입니다.

➡ _____ ?

2. Các anh ấy khỏe. 그 형(오빠)들은 잘 지내요.

➡ _____ ?

3. Đây là anh Thomas. 이분은 토마스 씨입니다.

➡ _____?

4. Các Cô ấy là người ÚC. 그녀들(선생님)들은 호주 사람들입니다.

➡ _____?

5. Bà Mai là người Trung Quốc. 마이 씨는 중국 사람입니다.

➡ _____?

9 빈칸을 알맞게 채워 넣어 문장을 완성해 보세요.

1. Cô Mai không phải là người Nhật. Cô ấy là _____ Việt.
마이 씨는 일본 사람이 아닙니다. 그녀는 베트남 사람입니다.

2. Anh John không phải là người Mỹ. Anh ấy _____ ÚC.
존 씨는 미국 사람이 아닙니다. 그는 호주 사람입니다.

3. Chị Marie là người Pháp. Chị ấy không phải _____.
마리애 씨는 프랑스 사람입니다. 그녀는 미국 사람이 아닙니다.

4. Anh Nam là người Việt. Anh ấy không _____.
남 씨는 베트남 사람입니다. 그는 한국 사람이 아닙니다.

5. Akiko là người Nhật. Chị ấy _____.
아키코는 일본 사람입니다. 그녀는 중국 사람이 아닙니다.

10 예시를 참고하여, 빈칸에 들어갈 알맞은 문장을 〈보기〉에서 골라 써 보세요.

1.

> 보기 | (1) Anh ấy là người Hàn Quôc.
> (2) Cô ấy là người Nhật.
> (3) Cô Jane là người Mỹ.
> (4) Tôi là người Pháp.
> (5) Cô ấy là người Việt.

> 예시 | Đây là Yoko. (2) Cô ấy là người Nhật.
> 이분은 요코입니다. 그녀는 일본 사람입니다.

① Đây là cô Chì. (   ) _____.
이분은 찌 씨입니다. 그녀는 베트남 사람입니다.

② Tôi tên là Marie. (   ) _____.
제 이름은 마리애입니다. 저는 프랑스 사람입니다.

③ Anh ấy không phải là người Nhật. (   ) _____.
그는 일본 사람이 아닙니다. 그는 한국 사람입니다.

④ (   ) _____. Anh Tony cũng là người Mỹ.
제인 씨는 미국 사람입니다. 토니 씨도 미국 사람입니다.

2.

> 보기 | (1) Chị là người nước nao?
> (2) Đó là anh Bình, phải không?
> (3) Chị là người Việt, phải không?
> (4) Anh Tom là người nước nào?
> (5) Đây là ai?

① A (   ) _____? 당신은 베트남 사람인가요?

   B Vâng, tôi là người Việt. 네, 저는 베트남 사람이에요.

② A (   ) _____? 이분은 누구인가요?

   B Đây là cô Susan, ngừoi Mỹ. 이분은 수잔 씨, 미국 사람이에요.

③ A (   ) _____? 톰 씨는 어느 나라 사람인가요?

   B Anh ấy là người ÚC. 그는 호주 사람입니다.

④ A ( ) _____? 당신은 어느 나라 사람인가요?

　 B Tôi là người Anh.　저는 영국 사람입니다.

⑤ A ( ) _____? 그분은 빈 씨인가요?

　 B Không, đó không phải là anh Bình.　아니요, 그분은 빈 씨가 아닙니다.

11 단어를 알맞게 배열하여 문장을 완성해 보세요.

1. phải không / người Đức / là / anh ➡ _____?
   형은 독일 사람입니까?

2. người nước nào / là / bà / xin lỗi ➡ _____?
   실례지만 할머니는 어느 나라 사람입니까?

3. gì / là / tên / anh ➡ _____?
   형의 이름은 무엇입니까?

4. tôi / Hàn Quốc / người / là ➡ _____.
   저는 한국 사람입니다.

5. bà ấy / Nhật / người / không phải / là ➡ _____.
   그녀는 일본 사람이 아닙니다.

12 예시와 같이 '……không phải……'을 사용하여 긍정문을 부정문으로 바꿔 보세요.

예시 |　긍정문 Chị Marie là người Anh. 마리애 씨는 영국 사람이에요.

　　　부정문 Chị Marie không phải là người Anh. 마리애 씨는 영국 사람이 아니에요.

---

1. Chị Yoko là người Mỹ.　요코 씨는 미국 사람입니다.

➡ _____.

2. Anh Peter là người Pháp.　피터 씨는 프랑스 사람입니다.

➡ _____.

3. Tên tôi là John.   제 이름은 존입니다.

➡ _____.

4. Tên bà ấy là Loan.   그녀의 이름은 로안입니다.

➡ _____.

13 예시와 같이 'còn'을 사용하여 문장을 만들어 보세요.

> 예시 | Anh Nam là người Việt. Anh Peter là người Mỹ.
> 남 씨는 베트남 사람입니다. 피터 씨는 미국 사람입니다.
>
> ➡ Anh Nam là người Việt, <u>còn</u> anh Peter là người Mỹ.
> 남 씨는 베트남 사람입니다. 그리고 피터 씨는 미국 사람입니다.

1. Đây là bà Li, người Trung Quốc. Đây là cô Yoshiko, người Nhật.
   이분은 중국인, 리 씨입니다. 이분은 일본인, 요시코 씨입니다.

   ➡ _____.

2. Đây là anh John, người Mỹ. Kia là anh Kim, người Hàn Quốc.
   이분은 미국인, 존 씨입니다. 저분은 한국인, 김 씨입니다.

   ➡ _____.

3. Tôi là người Hàn Quốc. Chị là người nước nào?
   저는 한국 사람입니다. 당신은 어느 나라 사람입니까?

   ➡ _____?

4. Cô Mai khỏe. Cô Hanako không khỏe.
   마이 씨는 잘 지내요. 하나코 씨는 잘 못 지내요.

   ➡ _____.

Đây là anh John.   이분은 존 씨입니다.

Đây là anh John.

_____

Còn kia là anh Tom.   그리고 저분은 톰 씨입니다.

Còn kia là anh Tom.

_____

Anh John là người Úc.   존 씨는 호주 사람입니다.

Anh John là người Úc.

_____

Anh Tom không phải là người Úc.   톰 씨는 호주 사람이 아닙니다.

Anh Tom không phải là người Úc.

_____

Anh ấy là người Mỹ.   그는 미국 사람입니다.

Anh ấy là người Mỹ.

_____

Dạo này anh làm gì?

요즘 뭐 하고 지내나요?

Bài 3

 학습 Point

- ☐ 직업을 나타내는 표현
- ☐ 동사 làm, ở
- ☐ 조사 ạ, đấy
- ☐ 부사 đang

 **새 단어** *회화문에서 배울 새 단어를 미리 학습해 보세요.

◁)) Track 03_1

dạo này 요즘	**phải** 맞다, 옳다
nhân viên 직원	**công ty** 회사
du lịch 여행, 여행하다	**đến** 오다, 도착하다
đón 마중가다	**xe hơi / xe ô tô** 차, 자동차
ở ~에(서)	**đang** ~하고 있는 중이다
chờ / chờ đợi 기다리다	**mệt** 피곤하다
nhiều 매우, 많이	**mời** 청하다, 초대하다
lên xe 차에 타다	**đâu** 어디
đi 가다, 걷다	**làm / làm việc** ~을(를) 하다, 일을 하다
bình thường 보통의	**tài xế** 운전기사
nhân viên tiếp thị 마케팅 직원	**cho** ~에게, ~을(를) 위해
nước ngoài 외국	

회화

1. 탄손누트 국제 공항에서

Track 03_2

Thủy	Xin lỗi, ông là ông James Baker, phải không ạ?
J.Baker	Dạ, phải. Tôi là James Baker.
Thủy	Tôi tên là Thủy, nhân viên Công ty Du lịch Sài Gòn.
J.Baker	À, chào cô Thủy.
Thủy	Tôi đến đón ông. Xe hơi đang chờ ông ở đằng kia. Ông có mệt không ạ?
J.Baker	Không. Cảm ơn cô nhiều.
Thủy	Mời ông lên xe.
J.Baker	Cảm ơn cô.

투이	실례지만, 당신이 제임스 베이커 씨가 맞습니까?
J.베이커	네, 맞습니다. 제가 제임스 베이커입니다.
투이	제 이름은 투이이고, 사이공 여행사 직원입니다.
J.베이커	아, 안녕하세요 투이 씨.
투이	저는 당신을 데리러 왔어요. 차가 저쪽에서 기다리고 있습니다. 피곤하시죠?
J.베이커	아니요. 정말 고맙습니다.
투이	차에 타시죠.
J.베이커	고맙습니다.

2. 길에서 만난 융과 남

Dũng	Chào anh Nam. Anh đi đâu đấy?
Nam	À, chào anh. Tôi đi làm. Anh có khỏe không?
Dũng	Bình thường. Còn anh?
Nam	Cảm ơn. Tôi cũng bình thường. Dạo này anh làm gì?
Dũng	Tôi đang làm lái xe ở Công ty Du lịch Việt Nam. Còn anh? Dạo này anh làm gì?
Nam	Tôi đang làm nhân viên tiếp thị cho một công ty nước ngoài.

융	안녕하세요, 남 씨. 어디 가세요?
남	아, 안녕하세요. 저는 일하러 가요. 잘 지내나요?
융	그저 그래요. 그러는 당신은요?
남	고마워요. 저도 그저 그래요. 요즘 무엇을 하나요?
융	저는 베트남 여행사에서 운전기사를 해요. 그러는 당신은 요즘 어떻게 지내나요?
남	저는 외국계 회사의 마케팅 부서에서 일하고 있어요.

문법

1 **조사 ạ**

'ạ'는 문미에 위치하여, 상대에 대한 예의나 존중의 의미를 내포하는 조사입니다.

- Chào ông ạ. 안녕하세요.
- Ông có mệt không ạ? 피곤하신가요?

2 **조사 đấy**

'đấy'는 문미에 위치하는 조사이며, 현재 일어나는 일에 대한 강조를 나타냅니다. 이 외에도 'đó', 'vậy' 'thế' 등의 조사를 대신하여 사용할 수 있습니다.

- Lan đi đây đấy? 란 씨는 어디 가세요?
- Anh đang làm gì đấy? 뭐 하는 중이세요?

3 **동사 làm**

'làm'은 '하다'라는 의미를 가진 동사로, 주로 직업에 관해 묻거나 답할 때 사용합니다. 이 경우 'là'를 대신하여 사용할 수 있습니다.

- **A** Anh làm nghề gì? 무슨 일을 하세요?

  B Tôi làm bác sĩ.(= Tôi là bác sĩ.) 저는 의사입니다.

단어 bác sĩ 의사

4 동사 ở

'ở'는 '~에 있다'라는 의미로, 존재 여부를 나타낼 때 사용하는 동사입니다. 또한, 장소와 관련하여 쓰일 때 전치사 역할로 '~에(서)'라는 의미를 나타내기도 합니다.

- **Xe hơi ở đằng kia.** 자동차가 저쪽에 있어요.
- **Tôi sống ở Quận 3.** 저는 3군에서 살아요.

단어 **sống** 살다

5 부사 đang

부사 'đang'은 '~하고 있다', '~하는 중이다'라는 의미로, 아직 끝나지 않고 진행 중인 일에 대한 현재 진행형 시제를 나타낼 때 사용합니다.

- **A** Anh đang làm gì đấy? 형(오빠)은 무엇을 하고 있어요?
  B Tôi đang ăn cơm. 저는 밥을 먹고 있어요.

- **A** Chị đang đợi ai đấy? 누나(언니)는 누구를 기다리고 있어요?
  B Tôi đang đợi ông Baker. 저는 베이커 씨를 기다리고 있어요.

단어 **ăn** 먹다 | **cơm** 밥

1 ‥‥‥làm nghề gì? ～은(는) 무슨 일을 하나요?

Ông ấy		
Anh ấy	**làm nghề gì?**	
Cô ấy		

그 할아버지는 무슨 일을 하나요?
그는 무슨 일을 하나요?
그녀는 무슨 일을 하나요?

2 Anh ấy là‥‥‥. 그는 ～입니다.

	sinh viên.	그는 학생입니다.
Anh ấy là	bác sĩ.	그는 의사입니다.
	giáo viên.	그는 선생님입니다.

3 Bà‥‥‥đâu? 할머니는 어디(에) ～하세요?

	đi	
Bà	ở	**đâu?**
	về	

할머니는 어디에 가세요?
할머니는 어디에 계신가요?
할머니는 어디로 돌아가세요?

4 Tôi đi‥‥‥. 저는 ～에 가요.

	bệnh viện.	저는 병원에 가요.
Tôi đi	sân bay.	저는 공항에 가요.
	bưu điện.	저는 우체국에 가요.

5 **Chị ấy đến**······. 그녀는 ~에 왔어요.

Chị ấy đến	trường.	그녀는 학교에 왔어요.
	công ty.	그녀는 회사에 왔어요.
	nhà bạn.	그녀는 친구 집에 왔어요.

6 **Cô ấy đi**······. 그녀는 ~에 가요.

Cô ấy đi	làm.	그녀는 일하러 가요.
	học.	그녀는 공부하러 가요.
	chơi.	그녀는 놀러 가요.

7 **Anh**······**đấy?** 당신은 ~해요?

Anh	đi đâu	đấy?	당신은 어디에 가요?
	làm gì		당신은 무엇을 해요?
	học gì		당신은 무슨 공부를 해요?

8 **Các anh ấy đang**······. 그들은 ~하는 중입니다.

Các anh ấy đang	học tiếng việt.	그들은 베트남어를 공부하는 중입니다.
	ăn cơm.	그들은 식사하는 중입니다.
	làm việc.	그들은 일하는 중입니다.

> **단어** giáo viên 선생님, 교사 | về 돌아가다 | bệnh viện 병원 | sân bay 공항 | bưu điện 우체국 | trường 학교 |
> nhà 집 | học 공부하다, 배우다 | chơi 놀다 | tiếng 언어, 소리

1 대화를 듣고 질문에 답해 보세요. 〔Track 03_5〕

1. 투이 씨는 무슨 일을 하나요?

① nội trợ   ② thư ký

2. 투이 씨는 어디에서 일하나요?

① Công ty Du lịch Sài Gòn   ② Công ty Sài Gòn

3. 주부는 누구인가요?

① Lan   ② Thủy

> 단어 **nội trợ** 주부 | **thư ký** 비서

2 녹음을 듣고, 표에 각 인물의 직업과 국적을 알맞게 써 보세요. 〔Track 03_6〕

1. Hàn Quốc   A sinh viên
2. Nhật   B kỹ sư
3. Anh   C bác sĩ
4. Việt Nam   D giáo viên
5. Mỹ   E thư ký

이름	국적	직업
Mai	4	A
Yoko		
Yoon		
Peter		
Tom		

> 단어 **kỹ sư** 엔지니어

3 그림을 보고 빈칸을 채워 대화를 완성해 보세요.

1. ① **A** Đây là ai?

   B Đây là ông _____.

   ② **A** Ông ấy là người nước nào?

   B Ông ấy là _____.

   ③ **A** Ông ấy làm gì?

   B Ông ấy là _____.

   ④ **A** Ông ấy làm việc ở đâu?

   B Ông ấy làm việc ở _____.

Paul Brown / Úc /
kỹ sư / công ty DHL

2. ① **A** Đây là ai?

   B Đây _____.

   ② **A** Cô ấy _____ nào?

   B Cô ấy _____.

   ③ **A** Cô _____ gì?

   B _____.

   ④ **A** _____ ở đâu?

   B _____.

Tanaka / Nhật /
sinh viên / Osaka

4 자신의 이름, 국적, 직업 등에 대해 써 보고 자유롭게 이야기해 보세요.

_____

_____

5 빈칸에 들어갈 알맞은 단어를 〈보기〉에서 골라 써 보세요.

> 보기 │ bác sĩ / kỹ sư / giáo viên / sinh viên / thư ký /
> thợ chụp hình / tài xế / nội trợ / ca sĩ / thợ điện

1. Cô ấy là _____.

2. Anh ấy là _____.

3. Cô ấy là _____.

4. Anh ấy là _____.

5. Anh ấy là _____.

6. Anh ấy là _____.

> 단어 **thợ chụp hình** 사진작가 | **thợ điện** 전기공

6 빈칸에 들어갈 알맞은 단어를 〈보기〉에서 골라 써 보세요.

> 보기 │ người Việt / ca sĩ / làm việc / là

Xin chào các bạn. Tôi tên ¹⁾ _____ Thanh Hương.

Tôi là ²⁾ _____. Tôi là ³⁾ _____.

Bây giờ tôi sống và ⁴⁾ _____ ở Thành phố Hồ Chí Minh.

> 단어 **bây giờ** 현재, 지금 | **thành phố** 시, 도시

7 박스 안의 단어 중 알맞은 단어를 선택하여 문장을 완성해 보세요.

1. Bà (là / làm) nghề gì? ➡ _____ .

2. Anh Philip (là / làm) sinh viên. ➡ _____ .

3. Thu Thủy (là / làm) ở Công ty Du lịch Sài Gòn. ➡ _____ .

4. Tôi tên (là / làm) Larry. ➡ _____ .

5. Cô ấy không phải (là / làm) người Hàn Quốc. ➡ _____ .

8 단어를 알맞게 배열하여 문장을 완성해 보세요.

1. ông Nam / kỹ sư / là / phải không

➡ _____ ?

2. dạo này / gì / anh / làm

➡ _____ ?

3. nhân viên / Sài Gòn / là / Công ty Du lịch / Thu Thủy

➡ _____ .

4. J. Baker / là / người Anh / ông

➡ _____ .

9 직업을 나타내는 단어를 사용하여 다음 문장을 완성해 보세요.

1. Cô Thu Thủy là _____ .   2. Ông J. Baker là _____ .

3. Anh Lâm không phải là _____ .   4. Bà là _____ , phải không?

5. Cô là _____ , phải không?

10 질문에 대해 자유롭게 답해 보세요.

1. Anh đang học gì đấy?   당신은 무엇을 공부하고 있나요?

   → Tôi đang học _____.

2. Cô ấy đang đợi ại đấy?   그녀는 누구를 기다리고 있나요?

   → Cô ấy đang _____.

3. Anh đi đâu đấy?   당신은 어디에 가나요?

   → Tôi _____.

4. Chị đang làm gì đấy?   당신은 무엇을 하고 있나요?

   → Tôi _____.

11 질문에 대해 자유롭게 답해 보세요.

1. Bạn sống ở đâu?   당신은 어디에 사나요?

   → _____.

2. Bạn học tiếng Việt ở đâu?   당신은 베트남어를 어디에서 공부하나요?

   → _____.

3. Bạn làm nghề gì?   당신은 무슨 일을 하나요?

   → _____.

4. Bạn làm việc / học ở đâu?   당신은 어디에서 일/공부를 하나요?

   → _____.

12 예시를 참고하여, 빈칸에 들어갈 알맞은 문장을 〈보기〉에서 골라 써 보세요.

> 보기 ┃ (1) Anh ấy làm ơ Công ty BP.
> (2) Ông có khỏe không?
> (3) Tôi làm việc ở Bệnh viện SG.
> (4) Tôi là tài xế.
> (5) Cô Lan cũng là y tá.

> 예시 ┃ Tôi tên là Tân. (4) <u>Tôi là tài xế.</u>
> 제 이름은 떤입니다. 저는 운전기사입니다.

1. ① Cô Mai là y tá. ( ) _____ 마이 씨는 간호사입니다. 란 씨도 간호사입니다.

   ② Chào ông Baker. ( ) _____ 안녕하세요, 베이커 씨. 당신은 잘 지내나요?

   ③ Tôi là bác sĩ. ( ) _____ 저는 의사입니다. 저는 SG 병원에서 일합니다.

   ④ Anh Peter là người Anh. ( ) _____
   피터 씨는 영국 사람입니다. 그는 BP 회사에서 일합니다.

> 단어 **y tá** 간호사

> 보기 ┃ (1) Anh đi đâu đây?
> (2) Xe hơi ở đâu?
> (3) Dạo này chị làm gì?
> (4) Cô Mai làm việc ở đâu?
> (5) Ông ấy là giáo viên, phải không?

2. ① **A** ( ) _____ 당신은 어디에 가고 있나요?

   B Tôi đi sân bay. 저는 공항에 갑니다.

   ② **A** ( ) _____ 그는 선생님인가요?

   B Không phải. Ông ấy là kỹ sư. 아니요. 그는 엔지니어입니다.

③ A ( ) _____ 자동차가 어디에 있나요?

   B Xe hơi ở đằng kia. 자동차는 저쪽에 있어요.

④ A ( ) _____ 마이 씨는 어디에서 일하나요?

   B Cô ấy làm việc ở Bưu điện Thành phố. 그녀는 중앙 우체국에서 일해요.

⑤ A ( ) _____ 요즘 당신은 무엇을 하나요?

   B Dạo này tôi ở nhà, làm nội trợ. 요즘 저는 집에 있고, 집안일을 해요.

---

13 🔲 녹음을 듣고 문장을 따라 써 보세요.　🔊 Track 03_7

Thu Thủy là nhân viên Công ty Du lịch Sài Gòn. 투 투이 씨는 사이공 여행사의 직원입니다.

Thu Thủy là nhân viên Công ty Du lịch Sài Gòn.

Hôm nay cô ấy đến sân bay Tân Sơn Nhất để đón ông James Baker.
오늘 그녀는 제임스 베이커 씨를 데리러 탄손누트 공항에 왔습니다.

Hôm nay cô ấy đến sân bay Tân Sơn Nhất để đón ông James Baker.

Ông James Baker là người Anh. 제임스 베이커 씨는 영국 사람입니다.

Ông James Baker là người Anh.

Ông ấy là kỹ sư công ty BP. 그는 BP 회사의 엔지니어입니다.

Ông ấy là kỹ sư công ty BP.

단어　**hôm nay** 오늘 ǀ **để** ~하기 위해

Bài 4

Bây giờ cô sống ở đâu?

지금 어디에 살고 있나요?

학습 Point

- ☐ 외국어 능력을 나타내는 표현
- ☐ 부사 đã
- ☐ 의문사 mấy
- ☐ 공손한 표현 xin
- ☐ 주소를 나타내는 표현
- ☐ 동사 được
- ☐ 숫자 표현

새 단어   *회화문에서 배울 새 단어를 미리 학습해 보세요.

🔊 Track 04_1

giám đốc 사장	**ngồi** 앉다
đã 이미 ~을 했다(과거형)	**năm** 년, 해
được ~할 수 있다	**mấy** 얼마, 몇
giới thiệu 소개하다	**để** ~하기 위해
nghề(nghiệp) 직업	**bưu điện** 우체국
bây giờ 지금	**sống** 살다, 거주하다
quận 군, 구(베트남의 행정구역 단위)	**nhà** 집
số 숫자, 번호, 번지수	**thành phố** 도시, 시
đường 길, 도로	**đại học** 대학교
Đại học Khoa học Xã hội và Nhân văn 인문사회과학대학교	

1. 면접장에서

🔊 Track 04_2

Thu thảo	Xin chào ông.
Giám đốc	Chào cô. Mời cô ngồi.
Thu thảo	Dạ, xin cảm ơn ông.
Giám đốc	Cô tên Thu thảo, phải không?
Thu thảo	Dạ, phải.
Giám đốc	Cô nói tiếng Anh được không?
Thu thảo	Dạ, được.
Giám đốc	Thế, cô đã học tiếng Anh mấy năm?
Thu thảo	Dạ, tôi đã học tiếng Anh bốn năm.
Giám đốc	Cô học tiếng Anh ở đâu?
Thu thảo	Dạ, ở Trường Đại học Khoa học Xã hội và Nhân văn.

투 타오	안녕하세요.
사장님	안녕하세요. 앉으세요.
투 타오	네, 감사합니다.
사장님	투 타오 씨 맞습니까?
투 타오	네, 맞습니다.
사장님	영어를 할 수 있습니까?
투 타오	네, 할 수 있어요.
사장님	그렇다면, 영어를 몇 년 공부했나요?
투 타오	네, 저는 영어를 4년 공부했습니다.
사장님	영어를 어디에서 공부했나요?
투 타오	네, 인문사회과학대학교에서 공부했습니다.

2. 파티장에서

🔊 Track 04_3

Bình	Xin giới thiệu với anh: Đây là cô Park, người Hàn Quốc. Còn đây là anh Nam.
Nam	Rất vui được gặp cô.
Park	Rất vui được gặp anh.
Nam	Xin lỗi. Cô đến Việt Nam để làm gì?
Park	Tôi đến Việt Nam để học tiếng Viêt. Còn anh, anh làm nghề gì ạ?
Nam	Tôi là kỹ sư. Tôi làm việc ở Bưu điện Thành phố. Bây giờ cô sống ở đâu?
Park	Tôi đang sống ở quận Tân Bình. Còn anh, nhà anh ở đâu?
Nam	Nhà tôi ở số 50, đường Nguyễn Thị Diệu, Quận 3, Thành phố Hồ Chí Minh.

빈	소개할게요. 이분은 박 씨, 한국 사람입니다. 그리고 이분은 남 씨입니다.
남	만나서 반가워요.
박	만나서 반가워요.
남	실례지만, 베트남에 무엇을 하기 위해 오셨나요?
박	저는 베트남어 공부를 하기 위해 베트남에 왔어요. 당신은 무슨 일을 하시나요?
남	저는 엔지니어입니다. 저는 중앙 우체국에서 일해요. 지금 당신은 어디에 사나요?
박	저는 떤빈군에서 살고 있어요. 그러는 당신의 집은 어디인가요?
남	저희 집 주소는 호찌민시 3군 응우옌 티 지에우길 50번지입니다.

1 주소를 나타내는 표현

베트남에서 주소는 번지수, 도로명, 방(동), 군/현(군/구), 시/성(시/도) 순으로 나열합니다.

> • Nhà anh ấy ở số 50, đường Nguyễn Thị Diệu, Phường 6, Quận 3, TP. Hồ Chí Minh.
> 그의 집 주소는 호찌민시 3군 6동 응우옌 티 지에우길 50번지입니다.

2 부사 đã

부사 'đã'는 '~했다', '~했었다'라는 의미의 과거시제로, 화자가 말하는 시점 이전에 벌어진 일에 대해 말할 때 사용합니다. 문장 내에 명확한 시점을 나타내는 단어가 있는 경우, 'đã'는 생략 가능합니다.

> • Cô Mai đã học tiếng Anh 2 năm. 마이 씨는 영어를 2년 공부했어요.
> • Hôm qua tôi đi thư viện. 어제 저는 도서관에 갔어요.

단어 hôm qua 어제 | thư viện 도서관

3 동사 được

동사 'được'은 '~할 수 있다'라는 뜻으로 가능 여부를 나타내며, 보어의 앞 또는 뒤에 위치합니다.

의문문	Cô nói tiếng Anh được không? 영어를 할 수 있나요?
평서문	Tôi nói tiếng Anh được. 저는 영어를 할 수 있어요.
부정문	Tôi không nói được tiếng Anh. 저는 영어를 할 수 없어요.
짧은 답변	Dạ, được. 네, 가능해요. / Dạ, không được. 네, 불가능해요.

4 의문사 mấy

'몇', '얼마'라는 뜻으로, 질문하는 사람이 생각하기에 그다지 크지 않은 수에 대해 물을 때나 보통 10 이하의 수에 대해 이야기할 때 사용합니다. 주로 시간, 전화번호, 집 주소 등을 물을 때 사용합니다.

- **A** Chị đã học tiếng Anh mấy năm? 당신은 영어를 몇 년 공부했나요?

  B Ba năm. 3년이요.

- **A** Ông ấy nói được mấy thứ tiếng? 그는 몇 개 국어를 할 수 있나요?

  B Bốn thứ tiếng: Anh, Nga, Pháp và Đức.

  4개 국어요. 영어, 러시아어, 프랑스어와 독일어(를 할 줄 알아요.)

- **A** Nhà anh ở quận mấy? 당신 집은 몇 군에 있나요?

  B Quận 3. 3군이요.

5 숫자 표현

베트남어로 아라비아 숫자를 읽는 방법은 다음과 같습니다.

1	một	6	sáu	100	một trăm
2	hai	7	bảy	1.000	một ngàn (nghìn)
3	ba	8	tám	10.000	mười ngàn (nghìn)
4	bốn	9	chín	100.000	một trăm ngàn (nghìn)
5	năm	10	mười	1.000.000	một triệu
				1.000.000.000	một tỷ

베트남어로 숫자를 읽을 때, 다음의 변형 규칙에 주의하세요.

0	không	1	một	5	năm
10	mười	11	mười một	15	mười lăm
20	hai mươi	21	hai mươi mốt	25	hai mươi lăm
150	một trăm năm mươi / một trăm rưỡi / một trăm rưởi				
2.500	hai ngàn năm trăm / hai ngàn rưỡi / hai ngàn rưởi				

상황에 따라 숫자 0을 읽는 법을 알아봅시다.

số phòng 방 호수	205	hai lẻ năm / hai linh năm / hai không năm
số nhà 번지수	205	hai trăm lẻ năm / hai lẻ năm hai trăm linh năm / hai linh năm
số điện thoại 전화번호	38225009	ba–tám–hai–hai–năm–không–không–chín
số lượng 수량	1.005	một ngàn (nghìn) không trăm lẻ (linh) năm

Q Tip! ■ 네 자릿수 이상의 숫자 중 백의 자리가 0인 경우, 베트남어는 'không trăm'이라고 표기합니다.

예 2020 một nghìn không trăm hai mươi / 3011 ba nghìn không trăm mười một

■ 세 자릿수 이상의 숫자 중 십의 자리가 0인 경우, 베트남어는 'linh(lẻ)'이라고 표기합니다.

예 102 một trăm linh hai / 2009 hai nghìn không trăm lẻ chín

6 공손의 표현 xin

'xin'은 겸손, 예의를 나타내는 경어 표현입니다. 인사말이나 감사 표현 혹은 요청할 때 주로 사용합니다.

- Xin chào ông. 안녕하세요.

- Xin cảm ơn bà. 감사합니다.

🌱 말하기 연습

1 **Anh đã······ở đâu?** 당신은 어디에서 ~했나요?

Anh đã	làm việc sống học	ở đâu?

당신은 어디에서 일했나요?

당신은 어디에 살았나요?

당신은 어디에서 공부했나요?

2 **······ở đâu?** ~은(는) 어디입니까?

Nhà anh Cơ quan cô Công ty ông	ở đâu?

당신의 집은 어디입니까?

당신의 직장은 어디입니까?

당신의 회사는 어디입니까?

3 **Cô nói tiếng······được không?** 당신은 ~어(외국어)를 할 수 있습니까?

Cô nói tiếng	Anh Pháp Nhật Nga	được không?

당신은 영어를 할 수 있습니까?

당신은 프랑스어를 할 수 있습니까?

당신은 일본어를 할 수 있습니까?

당신은 러시아어를 할 수 있습니까?

4 **Anh ấy······tiếng Việt tốt.** 그는 베트남어를 잘 ~합니다.

Anh ấy	nói nghe đọc viết	tiếng Việt tốt.

그는 베트남어를 잘 말합니다.

그는 베트남어를 잘 듣습니다.

그는 베트남어를 잘 읽습니다.

그는 베트남어를 잘 씁니다.

5 **Tôi đến Việt Nam để······.** 저는 ~하려고 베트남에 왔습니다.

Tôi đến Việt Nam để	du lịch. làm việc. học tiếng Việt.

저는 여행하려고 베트남에 왔습니다.

저는 일하려고 베트남에 왔습니다.

저는 베트남어를 배우기 위해서 베트남에 왔습니다.

단어 **cơ quan** 직장, 기관 | **Nga** 러시아 | **nói** 말하다 | **nghe** 듣다 | **đọc** 읽다 | **viết** 쓰다

연습 문제

1 대화를 듣고 질문에 답해 보세요.

🔊 Track 04_5

1. 요코 씨는 어느 나라 사람인가요?

① Nhật   ② Anh

2. 그녀의 직업은 무엇인가요?

① sinh viên   ② bác sĩ

3. 그녀는 어디에서 일하나요?

① Bệnh viện Sài Gòn   ② Bệnh viện Chợ Rẫy

4. 그녀는 지금 어디 살고 있나요?

① Quận 1   ② Quận 3

2 투이 씨의 자기 소개를 듣고, 질문에 답해 보세요.

🔊 Track 04_6

1. 투이 씨는 어떤 외국어를 말할 수 있나요?

① tiếng Anh, tiếng Trung Quốc và tiếng Nhật

② tiếng Anh và tiếng Nhật

2. 그녀는 영어를 얼마나 공부했나요?

① một năm   ② bốn năm

3. 그녀는 일본어를 얼마나 공부했나요?

① một năm   ② hai năm

3 명함을 보고 하이 씨의 직업, 주소, 연락처에 관해 묻고 답해 보세요.

CÔNG TY TNHH XÂY DỰNG AN LẠC
안락 건설 유한책임 회사

LÊ HẢI 레 하이

Giảm đốc 사장

52 Nguyễn Thị Diệu, Phường 6, Quận 3,
Tp. Hồ Chí Minh
호찌민시 3군 6동 응우옌 티 지에우 52번길

Điện thoại: (+84 28) 37 761 038
전화번호: (+84 28) 37 761 038

1) Ông Hải làm nghề gì?
2) Ông ấy làm việc ở đâu?
3) Địa chỉ công ty của ông Hải ở đâu?
4) Điện thoại công ty của ông Hải số mấy?

> **단어** TNHH(Trách Nhiệm Hữu Hạn) 유한 책임 | **xây dựng** 건설, 건설하다 | **điện thoại** 전화

---

4 남 씨의 자기 소개를 참고하여 자신에 대해 소개해 보세요.

Tôi tên là Nam. Tôi là người Việt.
제 이름은 남입니다. 저는 베트남 사람입니다.

Tôi nói được tiếng Anh và một ít tiếng Pháp.
저는 영어를 할 수 있고 프랑스어도 조금 할 수 있습니다.

Tôi làm việc ở Bưu điện Thành phố.
저는 중앙 우체국에서 일합니다.

Bây giờ tôi sống ở số 50, đường Nguyễn Thị Diệu, Quận 3, Thành phố Hồ Chí Minh.
현재 저는 호찌민시 3군 응우옌 티 지에우길 50번지에 살고 있습니다.

Còn bạn?
당신은 어떤가요?

> **단어** **một ít / một chút** 조금, 약간

5 인물 정보를 참고하여, 국적, 직업, 직장 및 집의 위치, 외국어 능력 등에 대해 묻고 답해 보세요.

A. Thompson

1) Mỹ 미국
2) nhân viên 직원
3) ngân hàng 은행
4) New York 뉴욕
5) tiếng Việt 베트남어

B. Thanh

1) Việt Nam 베트남
2) phóng viên 기자
3) Báo Phụ nữ 여성 신문
4) Thành phố Hồ Chí Minh 호찌민시
5) tiếng Anh, tiếng Nhật 영어와 일본어

C. Yoshiko

1) Nhật 일본
2) thư ký 비서
3) công ty Du lịch 여행사
4) Tokyo 도쿄
5) tiếng Anh, tiếng Việt 영어와 베트남어

단어 báo 신문 | báo Phụ nữ 여성 신문

6 빈칸에 들어갈 알맞은 단어를 〈보기〉에서 골라 써 보세요.

> 보기 | Thành phố / người / làm việc / học / số

Park là ¹⁾ _____ Hàn Quốc. Cô ấy đến Việt Nam để ²⁾ _____ tiếng Việt. Cô ấy đang sống ở quận Tân Bình. Hôm qua, cô ấy gặp anh Nam. Anh Nam ³⁾ _____ ở Bưu điện Thành phố. Nhà anh ấy ở ⁴⁾ _____ 50, đường Nguyễn Thị Diệu, Quận 3, ⁵⁾ _____ HồChí Minh.

7 밑줄 친 단어를 대신하여 쓸 수 있는 단어를 나열해 보세요.

1. Tôi làm việc ở <u>ngân hàng</u>. _____, _____, _____, _____
저는 은행에서 일합니다.

2. Anh ấy đã sống ở <u>Pháp</u>. _____, _____, _____, _____
그는 프랑스에서 살았어요.

3. Cô ấy đi <u>chợ</u>. _____, _____, _____, _____
그녀는 시장에 갑니다.

4. Anh ấy nói được <u>tiếng Anh</u>. _____, _____, _____, _____
그는 영어로 말할 수 있어요.

> 단어 chợ 시장

8 같은 부류에 속하지 않는 단어에 동그라미 표시해 보세요.

1. tiếng Anh, tiếng Nga, nước Nhật, tiếng Việt, người Trung Quốc

2. chợ, ngân hàng, khách sạn, bưu điện, giám đốc, nhà hàng, thư ký

3. nói, nghe, đọc, kỹ sư, viết, giáo viên

> 단어 khách sạn 호텔

9 베트남어를 빈칸에 아라비아 숫자로 써 보세요.

1. mười ( )   5. hai trăm rưởi ( )

2. hai mươi ( )   6. một ngàn rưởi ( )

3. bốn mươi lăm ( )   7. hai ngàn bốn trăm năm mươi ( )

4. ba trăm lẻ năm ( )   8. năm ngàn không trăm lẻ tám ( )

10 단어를 알맞게 배열하여 문장을 완성해 보세요.

1. nói / có ấy / tiếng Hàn Quốc / được

➡ _____ .

2. du lịch / hay / để / đến / Việt Nam / chị / làm việc

➡ _____ ?

3. không / tiếng Anh / bà / được / nói

➡ _____ ?

4. ngân hàng / tôi / ở / làm việc

➡ _____ .

5. ở / bây giờ / sống / bà / đâu

➡ _____ ?

단어 hay 아니면, 또는

11 질문에 자유롭게 답해 보세요.

1. Nhà bạn số mấy?   당신의 집은 몇 번지입니까?

   ➡ _____.

2. Điện thoại của bạn số mấy?   당신의 전화번호는 몇 번입니까?

   ➡ _____.

3. Lớp bạn có mấy sinh viên/học viên?   당신의 교실엔 몇 명의 학생이 있습니까?

   ➡ _____.

> 단어 | lớp 교실, 수업 | học viên 학생

12 예시를 참고하여, 빈칸에 들어갈 알맞은 문장을 〈보기〉에서 골라 써 보세요.

> 보기 | (1) Tôi đã học tiếng Anh bốn năm.
> (2) Tôi nói tiếng Việt được một ít.
> (3) Anh ấy nói được một ít tiếng Nhật.
> (4) Cô Lan làm việc ở ngân hàng.
> (5) Tôi học tiếng Việt ở một trung tâm ngoại ngữ ở Quận 1.

> 예시 | Tôi đã học tiếng Việt một tháng. (2) Tôi nói tiếng Việt được một ít.
> 저는 베트남어를 1개월 배웠어요. 저는 베트남어를 조금 할 수 있어요.

1. ① A Cô học tiếng Việt ở đâu?   당신은 베트남어를 어디에서 공부하나요?

   B (   ) _____

   ② A Anh đã học tiếng Anh mấy năm?   당신은 영어를 몇 년 공부했나요?

   B (   ) _____

   ③ A (   ) _____

   B Cô ấy đã làm việc ở ngân hàng sáu năm.   그녀는 은행에서 6년을 일했어요.

④ **A** (   ) _____

B Anh ấy đã học tiếng Nhật 3 tháng.　그는 일본어를 3개월 동안 공부했어요.

보기 │ (1) Ông đến Việt Nam để du lịch hay làm việc?

(2) Công ty chị ở Quận 3, phải không?

(3) Cô ấy đã đi du lịch ở đâu?

(4) Bà Liên sống ở đâu?

(5) Anh nói tiếng Pháp được không?

---

2. ① **A** (   ) _____

B Không phải. Công ty tôi ở Quận 1.　아니요. 제 회사는 1군에 있어요.

② **A** (   ) _____

B Không, tôi nói tiếng Pháp không được.　아니요, 저는 프랑스어를 할 수 없어요.

③ **A** (   ) _____

B Tôi đến Việt Nam để du lịch.　저는 여행을 하기 위해서 베트남에 왔어요.

④ **A** (   ) _____

B Cô ấy đã đi du lịch ở Hà Nội.　그녀는 하노이에 여행 갔어요.

⑤ **A** (   ) _____

B Bà ấy sống ở Quận 3.　그녀는 3군에 살아요.

---

13 예시를 참고하여, 평서문을 의문문으로 바꾸어 보세요.

예시 │ 평서문 Cô Mary nói tiếng Việt được.　마리 씨는 베트남어를 할 수 있어요.

의문문 Cô Mary nói tiếng Việt được không?　마리 씨는 베트남어를 할 수 있나요?

---

1. Anh Nam nói tiếng Anh được.　　➡　_____ ?

2. Anh Tom nói tiếng Trung Quốc được. ➡ _____?

3. Cô Lan lái xe hơi được. ➡ _____?

4. Cô Loan nấu ăn được. ➡ _____?

5. Bà Mai viết tiếng Nhật được. ➡ _____?

> 단어 **lái xe** 운전하다 | **nấu ăn** 요리하다

14 문장을 자유롭게 완성해 보세요.

1. Anh David đã học _____.

2. Bà Hai đã sống _____.

3. Cô Lan và cô Mai đã đi _____.

4. Anh Nam đã gặp _____.

5. Anh Thomas đã làm việc _____.

15 자신의 상황에 따라 빈칸을 채워 문장을 완성해 보세요.

1. Tôi là người _____.

2. Tôi làm việc _____.

3. Địa chỉ của tôi số _____.

4. Tôi nói được tiếng _____ và _____.

5. Tôi không viết _____ được.

Dũng là tài xế Công ty Du lịch Sài Gòn.　용 씨는 사이공 여행사의 운전기사입니다.

Dũng là tài xế Công ty Du lịch Sài Gòn.
_____

Dũng nói được tiếng Anh và một ít tiếng Nhật.　용 씨는 영어를 할 수 있고 일본어도 조금 할 수 있습니다.

Dũng nói được tiếng Anh và một ít tiếng Nhật.
_____

Dũng có hai người bạn nước ngoài,　용 씨는 두 외국인 친구가 있는데,

Dũng có hai người bạn nước ngoài,
_____

một người tên là Tom, một người tên là Yoko.　한 사람의 이름은 톰이고, 한 사람의 이름은 요코입니다.

một người tên là Tom, một người tên là Yoko.
_____

Tom là người Anh, Yoko là người Nhật.　톰은 영국 사람이고, 요코는 일본 사람입니다.

Tom là người Anh, Yoko là người Nhật.
_____

Tom và Yoko đến Việt Nam để làm việc.　톰과 요코는 일을 하러 베트남에 왔습니다.

Tom và Yoko đến Việt Nam để làm việc.
_____

Bài 5 Bây giờ là mấy giờ?

지금 몇 시인가요?

학습 Point

- ☐ 시간을 나타내는 표현
- ☐ 의문사 bao nhiêu
- ☐ 조사 à
- ☐ 부사 thường
- ☐ 부사 rất

새 단어   *회화문에서 배울 새 단어를 미리 학습해 보세요.

🔊 Track 05_1

giờ 시간, 시	**sáng nay** 오늘 아침
phải ∼해야 한다	**đoàn** 단체, 그룹
khách 고객, 손님	**thế à?** 그래요?, 정말요?
có 있다	**rồi** 벌써, 이미
máy bay 비행기	**cũng vậy** 역시, 또한
buổi 시간대, ∼번, ∼회	**xem** 보다, 구경하다
ti vi TV, 텔레비전	**ít khi** 거의 ∼않다, 드물다
tại sao 왜, 무엇 때문에	**vì** 왜냐하면, ∼때문에
thời gian 시간	

1. 일본 단체여행객을 맞이하러 공항에 나갈 준비를 하는 비엣

Track 05_2

Việt   Sáng nay tôi phải đi sân bay để đón một đoàn khách du lịch Nhật Bản.

Thu Thủy   Thế à? Đoàn có bao nhiêu người vậy?

Việt   Có 12 người. Bây giờ là mấy giờ, chị Thu Thủy?

Thu Thủy   Mười giờ rưỡi.

Việt   Mười giờ rưỡi rồi à?

Thu Thủy   Vâng. Mười giờ rưỡi rồi. Mấy giờ máy bay đến?

Việt   Mười hai giờ trưa.

비엣   오늘 아침에 저는 일본 단체 여행객을 맞이하러 공항에 가야 해요.

투 투이   그래요? 여행객이 몇 명인가요?

비엣   12명이요. 지금 몇 시인가요, 투 투이 씨?

투 투이   10시 반이요.

비엣   벌써 10시 반이에요?

투 투이   네. 10시 반이요. 몇 시에 비행기가 도착하나요?

비엣   정오 12시요.

🔊 Track 05_3

Mai	Anh thường đi làm lúc mấy giờ?
Hùng	Lúc 6 giờ rưỡi sáng. Còn cô?
Mai	Tôi cũng vậy. Buổi chiều anh thường về đến nhà lúc mấy giờ?
Hùng	Lúc 4 giờ rưỡi hay 5 giờ chiều. Buổi tối cô thường làm gì?
Mai	Tôi thường đọc sách, đọc báo, xem ti vi, học tiếng Anh. Còn anh?
Hùng	Tôi thường đọc báo và xem ti vi. Tôi ít khi đọc sách.
Mai	Tại sao?
Hùng	Vì tôi không có thời gian.

마이	당신은 보통 몇 시에 일하러 가나요?
훙	아침 6시 반이요. 당신은요?
마이	저도 그래요. 오후에 당신은 보통 몇 시에 집에 가나요?
훙	오후 4시 반이나 5시에요. 저녁에 당신은 보통 무엇을 하나요?
마이	저는 보통 책을 읽고, 신문을 읽고, TV를 보고, 영어 공부를 해요. 당신은요?
훙	저는 보통 신문을 읽고 TV를 봐요. 저는 책을 거의 읽지 않아요.
마이	왜요?
훙	왜냐하면 시간이 없기 때문이에요.

1 시간을 나타내는 표현

sáng 아침	từ 1 giờ đến 10 giờ 1시부터 10시까지
trưa 점심	từ 11 giờ đến 12 giờ 11시부터 12시까지
chiều 오후	từ 13 giờ đến 18 giờ 13시부터 18시까지
tối 저녁	từ 19 giờ đến 22 giờ 19시부터 22시까지
đêm 밤	từ 23 giờ đến 24 giờ 23시부터 24시까지

- Anh ấy thường uống cà phê từ 9 giờ sáng đến 12 giờ trưa.

  그는 보통 아침 9시부터 점심 12시까지 커피를 마셔요.

- Buổi học bắt đầu lúc 1 giờ chiều. 수업은 오후 1시에 시작해요.

단어 từ ~부터 | uống 마시다 | cà phê (~đen/đá/sữa) (블랙, 아이스, 밀크) 커피 | bắt đầu 시작하다

2 부사 thường

빈도를 나타내는 부사 'thường'은 '보통', '주로'라는 의미이며, 일상적이거나 반복적으로 행하는 행위를 나타낼 때 사용합니다.

- Cô có thường xem phim không? 당신은 보통 영화를 보나요?
- Anh ấy thường không đọc sách. 그는 보통 책을 읽지 않아요.

단어 phim 영화

3 의문사 bao nhiêu

'bao nhiêu'는 '얼마', '몇'이라는 의미로, 수량, 수치 등을 물어볼 때 사용하는 의문사입니다.

- Anh có bao nhiêu tiền? 당신은 돈이 얼마 있나요?
- Lớp cô có bao nhiêu người? 선생님 수업에는 몇 명이 있나요?

4 부사 rất

정도가 높음을 나타내는 부사 'rất'은 '매우'라는 의미로, 주로 평서문에 사용합니다. 'rất'은 형용사 앞에 위치합니다.

- Cô ấy nói tiếng Việt rất giỏi. 그녀는 베트남어를 매우 잘해요.
- Anh ấy thường đi ngủ rất muộn. 그는 보통 매우 늦게 자요.

> 단어 giỏi 잘하다, 숙련되다 | đi ngủ 잠자리에 들다, 취침하다 | muộn / trễ 늦다

5 조사 à

문미에 위치하는 조사 'à'는 화자가 궁금해 하는 어떤 것에 대한 정보를 더 얻기 위해 질문하는 경우에 사용합니다.

- Anh là sinh viên à? 형은 대학생인가요?
- Chị không đi làm à? 언니는 일하러 가지 않아요?

1 **Bây giờ là······.** 지금은 ~시입니다.

Bây giờ là	11 giờ rưỡi.	지금은 11시 30분이에요.
	3 giờ kém 15.	지금은 2시 45분이에요.
	6 giờ 15.	지금은 6시 15분이에요.
	9 giờ đúng.	지금은 9시 정각이에요.

2 **Cô thường······lúc mây giờ?** 당신은 보통 몇 시에 ~하나요?

Cô thường	đi làm	lúc mây giờ?	당신은 보통 몇 시에 일하러 가나요?
	đi ngủ		당신은 보통 몇 시에 잠을 자나요?
	về nhà		당신은 보통 몇 시에 집에 가나요?
	ăn tối		당신은 보통 몇 시에 저녁을 먹나요?

3 **······anh thường làm gì?** (특정 시간대)에 당신은 보통 뭘 하나요?

Buổi sáng	anh thường làm gì?	아침에 당신은 보통 뭘 하나요?
Buổi trưa		점심에 당신은 보통 뭘 하나요?
Buổi chiêu		오후에 당신은 보통 뭘 하나요?
Buổi tối		저녁에 당신은 보통 뭘 하나요?

4 **Buổi tối, tôi thường······.** 저는 저녁에 보통 ~을 해요.

Buổi tối, tôi thường	đọc sách.	저는 저녁에 보통 책을 읽어요.
	xem ti vi.	저는 저녁에 보통 TV를 봐요.
	uống bia.	저는 저녁에 보통 맥주를 마셔요.
	đọc báo.	저는 저녁에 보통 신문을 읽어요.

5 **Anh ấy thường⋯⋯từ A đến B.** A시부터 B시까지 그는 보통 ~해요.

Anh ấy thường	làm việc	từ	7 giờ	đến	11 giờ.
	học tiếng Việt		10 giờ		12 giờ.
	ăn tối		7 giờ		7 giờ rưỡi.

7시부터 11시까지 그는 보통 일을 해요.

10시부터 12시까지 그는 보통 베트남어 공부를 해요.

7시부터 7시 30분까지 그는 보통 저녁을 먹어요.

단어 **kém** (시간 표현) ~분 전, 부족하다 | **đúng** 정각, 올바르다, 정확하다 | **bia** 맥주

연습 문제

1 그림 속 인물들의 생활 습관에 대한 녹음을 듣고, 시계를 완성해 보세요. 🔊 Track 05_5

1.

2.

3.

4.

5.

6.

2 부 씨는 IBM 회사의 직원입니다. 오늘 정오에 부 씨는 호찌민에 도착할 예정입니다.
부 씨의 일정을 잘 듣고 알맞은 답을 고르세요.   🔊 Track 05_6

1. 부 씨는 떤선녓 공항에 몇 시에 도착하나요?

  ① 12 giờ   ② 2 giờ

2. 부 씨는 렉스 호텔에 몇 시에 도착하나요?

  ① 12 giờ 15   ② 12 giờ 45

3. 퍼시픽 회사의 사장님과 부 씨는 몇 시에 저녁을 먹나요?

  ① 7 giờ rưỡi   ② 7 giờ

4. 부 씨는 내일 무엇을 하나요?

  ① làm việc   ② đi Hồng Kông

> 단어 | **ngày mai** 내일

3 빈칸에 들어갈 알맞은 단어를 〈보기〉에서 골라 써 보세요.

> 보기 | buổi chiều / bác sĩ / đi làm / ăn trưa / bệnh viện

Ông Hải là ¹⁾ _____. Ông ấy làm việc ở một ²⁾ _____ lớn của thành phố.

Ông ấy thường ³⁾ _____ lúc 6 giờ 45 phút và đến bệnh viện lúc 7 giờ. Buổi sáng,

ông ấy làm việc từ 7 giờ đến 11 giờ rưỡi. Buổi trưa, ông ⁴⁾ _____ ở căn tin của

bệnh viện. ⁵⁾ _____ ông ấy làm việc từ 1 giờ đến 4 giờ rưỡi. Buổi tối, ông làm

việc tại nhà đến 8 giờ. Ông ấy rất bận.

> 단어 | **phút** (시간 표현) 분 | **căn tin** 구내식당

4 같은 부류에 속하지 않는 단어에 동그라미 표시해 보세요.

1. buổi sáng, buổi trưa, ăn sáng, buổi chiều, đi chơi, buổi tối

2. đọc sách, đọc báo, buổi tối, xem phim, đi làm, buổi sáng, về nhà

3. hôm qua, hôm nay, ăn tối, ngày mai, mấy giờ

5 각 단어와 같은 부류에 속하는 단어를 써 보세요.

1. buổi sáng, _____, _____, _____, _____

2. đi làm, đọc sách, _____, _____, _____, _____

3. hôm qua, _____, _____, _____, _____

6 박스 안의 단어 중 알맞은 단어를 선택하여 문장을 완성해 보세요.

1. Máy bay đến sân bay Tân Sơn Nhất lúc 12 giờ [trưa / sáng] .

➡ _____.

2. Chị ấy thường về nhà lúc 5 giờ [trưa / chiều] .

➡ _____.

3. Tôi thường đi ngủ lúc 11 giờ [chiều / đêm] .

➡ _____.

4. Thanh thức dậy [lúc / ở] 6 giờ sáng.

➡ _____.

5. Bây giờ [là / là lúc] 7 giờ tối.

➡ _____.

단어 **thức dậy** 일어나다, 눈을 뜨다

7 단어를 알맞게 배열하여 문장을 완성해 보세요.

1. đi học / chị / lúc / thường / mấy giờ

   ➡ _____ ?

2. sáng / lúc / thức dậy / cô Mai / 6 giờ

   ➡ _____ .

3. rất / ông ấy / bận

   ➡ _____ .

4. đến / 7 giờ sáng / lúc / trường / anh ấy

   ➡ _____ .

5. buổi sáng / cô / buổi chiều / học / hay

   ➡ _____ ?

> 단어 đi học 학교에 가다 | bận 바쁘다

8 예시를 참고하여, 빈칸에 들어갈 알맞은 문장을 〈보기〉에서 찾아 써 보세요.

> 보기 | (1) Anh ấy thường đọc sách buổi tối.
> (2) Sau đó ông ấy ăn sáng.
> (3) Còn buổi chiều tôi bắt đầu học lúc 1 giờ.
> (4) Buổi sáng, cô ấy thường thức dậy lúc 5 giờ.
> (5) Tôi phải đi về nhà nhà.

> 예시 | Anh Nam là sinh viên. (1) Anh ấy thường đọc sách buổi tối.
> 남 씨는 학생입니다. 그는 보통 저녁에 책을 읽습니다.

1. ① Buổi sáng, tôi bắt đầu học lúc 8 giờ.   (   ) _____
   저는 아침 8시에 공부를 시작합니다.

② Bay giờ la 12 giờ đêm rồi.　　　　　（　　）_____
지금은 밤 12시입니다.

③ Buổi tối, cô ấy thường đi ngủ lúc 10 giờ. （　　）_____
그녀는 저녁 10시에 자요.

④ 6 giờ rưỡi sáng, ong Tony thức dậy.　　（　　）_____
토니 씨는 아침 6시 30분에 일어납니다.

단어 ┃ sách 책

보기 ┃ (1) Cô thường ăn trưa lúc mấy giờ?
　　　 (2) Mấy giờ xe lửa khởi hành?
　　　 (3) Bây giờ là mấy giờ?
　　　 (4) Anh học tiếng Việt từ mấy giờ đến mấy giờ?
　　　 (5) 10 giờ sáng nay ông David và ông Kim đi đâu?

2. ① A （　　）_____

　　　 B Tôi thường ăn trưa lúc 12 giờ.　저는 보통 12시에 점심을 먹어요.

② A （　　）_____

　　　 B Các ông ấy đi uống cà phê.　두 분은 커피 마시러 갔어요.

③ A （　　）_____

　　　 B Xe lửa khởi hành lúc 1 giờ chiều.　기차는 오후 1시에 출발해요.

④ A （　　）_____

　　　 B 1 giờ đúng.　1시 정각이요.

⑤ A （　　）_____

　　　 B Tư 8 giờ đến 10 giờ sáng.　아침 8시에서 10시까지요.

단어 ┃ xe lửa / tàu hỏa 기차 | khởi hành 출발하다

9 각 문장을 부사 'rất'을 활용하여 바꾸어 보세요.

1. Trưa nay chúng tôi ăn cơm muộn. ➡ _____

2. Cô ấy nấu ăn giỏi. ➡ _____

3. Hôm nay anh Bình vui. ➡ _____

4. Anh ấy thức dậy sớm. ➡ _____

5. Tiếng Việt khô. ➡ _____

> 단어 **sớm** 일찍, 곧

10 박스 안의 단어를 활용하여 질문에 알맞게 답해 보세요.

> 예시 | Tại sao anh Nam đi làm muộn? 남 씨는 왜 늦게 출근했나요?
> ➡ Vì sáng nay anh ấy thức dậy muộn.
> 왜냐하면 오늘 아침에 늦게 일어났기 때문이에요.

1. Tại sao hôm qua anh Nam về nhà muộn? 남 씨는 어제 왜 늦게 집에 왔나요?

➡ _____ đi uống bia

2. Tại sao buổi tối anh ấy không xem ti vi? 그는 왜 저녁에 TV를 보지 않나요?

➡ _____ thường đi ngủ sớm

3. Tại sao anh ấy không ăn sáng? 그는 왜 아침을 먹지 않나요?

➡ _____ không thích

4. Tại sao hôm nay anh ấy không đi học? 그는 오늘 왜 학교에 가지 않았나요?

➡ _____ mệt

> 단어 **thích** 좋아하다(↔ không thích)

11 질문에 대해 자유롭게 답해 보세요.

1. Lớp bạn có bao nhiêu sinh viên/học viên? 당신의 교실에는 몇 명의 학생이 있나요?

   ➡ _____

2. Bạn học tiếng Việt mấy buổi một tuần? Buổi sáng hay buổi chiều?
   당신은 일주일에 몇 번 베트남어를 공부하나요? 아침에 혹은 오후에 공부하나요?

   ➡ _____

3. Bạn học tiếng Việt bao nhiêu tiết một tuần? 당신은 일주일에 베트남어 수업을 몇 회 듣나요?

   ➡ _____

4. Bạn xem ti vì mấy tiếng một ngày? 당신은 하루에 몇 시간 TV를 보나요?

   ➡ _____

   단어 tiếng (đồng hồ) 시간 | tiết (~교시 등) 수업 시간 단위

12 부사 'thường'을 사용하여 질문에 대해 자유롭게 답을 써 보세요.

1. Bạn thường thức dậy lúc mấy giờ? 당신은 보통 몇 시에 일어나나요?

   ➡ _____

2. Buổi tối bạn thường làm gì? 저녁 시간에 당신은 보통 뭘 하나요?

   ➡ _____

3. Bạn thường ăn trưa ở đâu? 당신은 보통 점심을 어디서 먹나요?

   ➡ _____

4. Bạn thường đến lớp lúc mấy giờ? 당신은 보통 몇 시에 교실에 도착하나요?

   ➡ _____

13 탄 씨의 일과표를 보고, 다음 예시와 같이 자유롭게 질문하고 답해 보세요.

예시 | **A** Buổi sáng, Thanh thức dậy lúc mấy giờ? 아침에 탄 씨는 몇 시에 일어나나요?
     | **B** Buổi sáng, Thanh thức dậy lúc 6 giờ sáng. 아침에 탄 씨는 6시에 일어나요.

Buổi sáng 아침	6 giờ 5	thức dậy	일어나다
	7 giờ	ăn sáng	아침 먹다
	7 giờ 20	đi làm	출근하다
	7 giờ 30	đến công ty	회사에 도착하다
Buổi trưa 점심	11 giờ 30	ăn trưa	점심 먹다
	12 giờ 15	nghỉ trưa	점심시간 휴식
Buổi chiều 오후	13 giờ 30	làm việc lại	다시 일하다
	17 giờ	về đến nhà	집에 가다
Buổi tối 저녁	19 giờ 15	đi học tiếng Anh	영어 공부하러 가다
	21 giờ	về đến nhà	집에 가다
	23 giờ	đi ngủ	잠을 자다

단어 nghỉ 휴식, 쉬다

14 아래 표를 보고, 다음 예시와 같이 질문하고 답해 보세요.

예시 |
A TP. Hồ Chí Minh - Vũng Tàu khởi hành lúc mấy giờ?

호찌민시–붕따우행 기차는 몇 시에 출발합니까?

B Xe TP. Hồ Chí Minh - Vũng Tàu khởi hành lúc 7giờ.

호찌민–붕따우행 기차는 7시에 출발합니다.

A Xe đến Vũng Tàu lúc mấy giờ.

몇 시에 붕따우에 도착합니까?

B Xe đến Vũng Tàu lúc 10 giờ.

10시에 붕따우에 도착합니다.

노선	출발 시간	도착 시간
TP. Hồ Chí Mình – Vũng Tàu	7 giờ	10 giờ
TP. Hồ Chí Mình – Đà Lạt	6 giờ 30	1 giờ 30
TP. Hồ Chí Mình – Nha Trang	6 giờ 15	4 giờ
TP. Hồ Chí Mình – Cần Thơ	8 giờ 30	2 giờ

15 자신의 공부 시간, 업무 시간 등 하루 일과에 대해 쓰고 말해 보세요.

_____

_____

_____

_____

_____

녹음을 듣고 문장을 따라 써 보세요. Track 05_7

Tối hôm qua Hùng đi uống bia với bạn. 훙 씨는 어제 저녁에 친구와 맥주를 마시러 갔어요.

Tối hôm qua Hùng đi uống bia với bạn. _____

Anh ấy về đến nhà lúc 12 giờ đêm. 그는 밤 12시에 집에 도착했어요.

Anh ấy về đến nhà lúc 12 giờ đêm. _____

Sáng nay anh ấy thức dậy lúc 9 giờ sáng. 그는 오늘 아침 9시에 일어났어요.

Sáng nay anh ấy thức dậy lúc 9 giờ sáng. _____

Anh ấy đi làm rất muộn. 그는 정말 늦게 출근했어요.

Anh ấy đi làm rất muộn. _____

Anh ấy đến công ty lúc 9 giờ rưỡi. 그는 9시 30분에 회사에 도착했어요.

Anh ấy đến công ty lúc 9 giờ rưỡi. _____

2 giờ chiều nay anh ấy phải đi làm việc ở Biên Hòa. 그는 오늘 오후 2시에 비엔 호아로 일하러 가야 해요.

2 giờ chiều nay anh ấy phải đi làm việc ở Biên Hòa. _____

Anh ấy không thích nhưng phải đi. 그는 싫지만 꼭 가야 해요.

Anh ấy không thích nhưng phải đi. _____

Bài 6

Cô học Tiếng Việt ở đâu?

어디에서 베트남어를 공부하나요?

학습 Point

□ 복습하기 – 이름, 국적, 직업, 주소, 시간, 외국어 가능 여부 묻고 답하기

□ 표현 구분하기 – ① mấy / bao nhiêu

② quá / rất

③ đâu / ở đâu

 새 단어   *회화문에서 배울 새 단어를 미리 학습해 보세요.

🔊 Track 06_1

hay 잘하다, 흥미롭다	**quá** 매우, 너무
sang (~으로) 가다	**bệnh viện Chợ Rẫy** 쩌 러이 병원(베트남 남부의 국립병원)
lâu 오래되다, 오랫동안	**hôm qua** 어제
quán 가게	**nói chuyện** 대화하다, 이야기하다
cô gái 여자, 여성	**giỏi** 잘하다, 우수하다
kém (시간 표현) ~분 전, 부족하다	

1. 커피숍에서 자리를 찾는 중인 요코

Track 06_2

Yoko	Xin lỗi, tôi ngồi đây được không ạ?
Nam	Dạ, được. Mời cô. Xin lỗi, cô tên gì?
Yoko	Tôi tên là Yoko. Còn anh, anh tên là gì?
Nam	Tôi tên là Nam. Cô là người nước nào?
Yoko	Tôi là người Nhật.
Nam	Cô nói tiếng Việt hay quá. Cô học tiếng Việt ở đâu?
Yoko	Tôi học tiếng Việt ở Trường Đại học Khoa học Xã hội và Nhân văn. Còn anh, anh làm nghề gì?
Nam	Tôi là kỹ sư. Cô sang Việt Nam du lịch, phải không?
Yoko	Dạ, không phải. Tôi sang Việt Nam làm việc. Tôi làm việc ở Bệnh viện Chợ Rẫy.

요코	실례지만, 제가 여기 앉아도 될까요?
남	네, 됩니다. 여기 앉으세요. 실례지만, 이름이 무엇인가요?
요코	제 이름은 요코입니다. 그러는 당신은요, 당신은 이름이 무엇입니까?
남	제 이름은 남입니다. 당신은 어느 나라 사람입니까?
요코	저는 일본인이에요.
남	베트남어를 정말 잘하시네요. 어디에서 베트남어를 공부하나요?
요코	저는 호찌민 인문사회과학대학교에서 베트남어를 배우고 있어요. 그러는 당신은요, 당신은 직업이 무엇입니까?
남	저는 엔지니어예요. 당신은 베트남에 여행 온 게 맞나요?
요코	아니요. 저는 베트남에 일하러 왔어요. 저는 쩌 러이 병원에서 일해요.

2. 길에서 만난 투이와 빈

Thủy	Chào anh Bình. Lâu quá không gặp anh.
Bình	Chào Thủy. Lâu quá không gặp. Thủy đi đây đấy?
Thủy	Em đi bưu điện.
Bình	Dạo này Thủy làm gì?
Thủy	Em làm ở Công ty Du lịch Sài Gòn.
	À, anh có thường gặp anh Nam không?
Bình	Có. Hôm qua tôi gặp anh ấy ở một quán cà phê.
	Anh ấy nói chuyện với một cô gái người Nhật.
Thủy	Cô ấy nói tiếng Việt được không?
Bình	Cô ấy nói tiếng Việt rất giỏi. À, mấy giờ rồi, Thủy?
Thủy	Dạ, 10 giờ kém mười.
Bình	Ồ, tôi phải đi bây giờ. Chào Thủy.

투이	안녕하세요, 빈 씨. 오랜만이에요.
빈	안녕하세요, 투이 씨. 오랜만이에요. 투이 씨는 어디 가세요?
투이	저는 우체국에 가요.
빈	요즘 무슨 일을 하나요?
투이	저는 사이공 여행사에서 일해요. 아, 당신은 남 씨를 자주 만나나요?
빈	네, 어제 저는 커피숍에서 그를 만났어요. 그는 한 일본인 여성과 대화하고 있었어요.
투이	그녀는 베트남어를 할 수 있나요?
빈	그녀는 베트남어를 정말 잘해요. 아, 몇 시가 되었나요?
투이	네, 10시 10분 전이에요.
빈	오, 저는 지금 가 봐야겠네요. 안녕히 가세요.

1 의문사 'mấy'와 'bao nhiêu'의 비교

의문사 'mấy'와 'bao nhiêu'는 '얼마', '몇'이라는 의미입니다. 'mấy'는 화자가 정보를 얻고자 하는 수나 양의 크기가 크지 않음을 예상하며 질문할 때 사용합니다. 'bao nhiêu'는 화자가 그 수나 양을 가늠할 수 없을 때 이를 묻기 위해 사용합니다. 따라서 첫 번째 예문의 경우, 화자는 인원이 대략적으로 많지 않다고 유추하며 질문하는 것이며, 두 번째 예문의 경우, 화자가 그 인원수를 가늠할 수 없음을 내포하는 질문입니다.

- **A** Lớp anh có mấy người? 당신의 반에는 몇 명이 있나요?

  B Có 5 người. 5명 있어요.

- **A** Công ty anh có bao nhiêu nhân viên? 당신의 회사에는 직원이 몇 명 있나요?

  B Có 3 nhân viên. 직원이 3명 있어요.

2 부사 'quá'와 'rất'의 비교

'quá'는 '너무', '아주'라는 의미로 정도의 강함을 나타내는 부사입니다. '매우'라는 의미인 부사 'rất'은 마찬가지로, 보통 이상의 강한 정도를 나타낼 때 사용하는 부사입니다. 'quá'는 감탄문에서 주로 사용하며, 'rất'은 일반적인 평서문에서 주로 사용합니다. 문법상 'quá'의 경우 형용사나 부사 뒤에 위치하며, 'rất'은 형용사나 부사 앞에 위치합니다.

- Cô nói tiếng Việt hay quá! 그녀는 베트남어를 너무 잘해요!

- **A** Cô ấy nói tiếng Việt thế nào? 그녀의 베트남어 실력은 어때?

  B Cô ấy nói tiếng Việt rất giỏi. 그녀는 베트남어를 매우 잘해요.

3 'đâu'와 'ở đâu'의 비교

'đâu'는 '어디'라는 의미로 장소나 위치를 물을 때 사용하는 의문사입니다. 'đi 가다', 'vê 돌아가다' 등 의문문의 동사가 장소의 이동을 나타내는 경우, 'đâu'를 단독으로 사용합니다.

• **A** Chị đi đâu đấy? (Chị đi ở đâu đấy. X)   언니는 어디 가세요?

  B Tôi về nhà. (Tôi về ở nhà. X)   나는 집에 가.

의문문의 동사가 'làm việc 일하다', 'học 공부하다', 'sống 살다' 등 장소 이동을 나타내는 것이 아 닌 일반적인 의미의 동사로 이루어진 경우, '~에', '~에서'라는 의미로 장소를 나타내는 전치사 ở와 'đâu'를 결합하여 함께 사용합니다.

• **A** Anh làm việc ở đâu?   형은 어디에서 일하세요?

  B Tôi học ở đại học.   저는 대학교에서 공부해요.

 **말하기 연습**

1 다음 표를 보고, 근무일, 근무 시간 등을 묻고 답해 보세요.

이름	직업	시간/일	일/주	업무 시간
Hà	thư ký	8	5	Sáng 7:00 ~ 11:30 Chiều 13:00 ~ 16:30
Bình	giáo viên	4	6	Sáng 7:30 ~ 11:30
Dũng	tài xế	12	6	Sáng 7:00 ~ 12:00 Chiều 13:00 ~ 20:00
Mai	sinh viên	5	6	Sáng 6:30 ~ 11:30
Thủy	nhân viên	8	5	Sáng 7:00 ~ 12:00 Chiều 13:30 ~ 16:30

2 아래 프로그램 편성표를 보고, 프로그램 시작 시간 등을 묻고 답해 보세요.

Kênh 9 (채널 9)		Kênh 7 (채널 7)	
6:02	Tập thể dục buổi sáng 아침 운동	6:03	Tập thể dục buổi sáng 아침 운동
6:20	Tin trong nước. Tin thế giới 국내 뉴스, 글로벌 뉴스	6:15	Tin thế giới 글로벌 뉴스
6:40	Dạy tiếng Anh, bài 6 영어 수업, 6과	6:30	Phim hoạt hình: "Gia đình Jatson" 애니메이션 'Jatson네 가족'

> **단어** kênh 채널 | tập thể dục 운동하다 | tin / tin tức 뉴스 | trong nước 국내 | thế giới 세계, 글로벌 | phim hoạt hình 애니메이션

3 이름, 국적, 직업, 주소, 사용 가능한 언어 등을 말해 보며 자기 소개를 해 보세요.

1 녹음을 듣고, 아래의 표에 집 주소와 전화번호를 써 보세요.   🔊 Track 06_4

	건물명	주소	전화번호
A	Nhà hàng Á Châu	442 Nguyễn Thị Minh Khai	38334085
B	Khách sạn Majestic	1) _____ Đồng Khởi	2) _____
C	Bệnh viện Chợ Rẫy	3) _____ Nguyễn Chí Thanh	4) _____
D	Công ty Điện thoại	5) _____ Hùng Vương	6) _____

2 융 씨에 대한 정보를 듣고, 질문에 대한 알맞은 답을 고르세요.   🔊 Track 06_5

1. 융 씨의 직업은 무엇입니까?

① kỹ sư   ② sinh viên

2. 융 씨는 어디에서 일하나요?

① Công ty Du lịch   ② Bưu điện Thành phố

3. 융 씨는 보통 어디로 여행가나요?

① Nha Trang, Hà Nội, Huế   ② Nha Trang, Đà Lạt, Huế

4. 융 씨는 아침에 보통 무엇을 하나요?

① đọc sách và uống cà phê   ② đọc báo và uống cà phê

5. 융 씨는 몇 시에 귀가하나요?

① 5 giờ   ② 4 giờ rưỡi

3 그림을 보고, 각 인물의 직업을 골라 보세요.

> 보기 | bác sĩ / kỹ sư / giáo viên / sinh viên / thư ký /
> thợ điện / tài xế / nội trợ / thợ chụp hình / ca sĩ

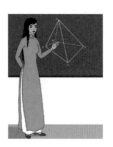

1. Cô ấy là _____

2. Cô ấy là _____

3. Chị ấy là _____

4. Chị ấy là _____

5. Anh ấy là _____

6. Chị ấy là _____

4 같은 부류에 속하지 않는 단어에 동그라미 표시해 보세요.

1. xem phim, xem ti vi, buổi tối, đọc sách, đọc báo, đi làm, trưa nay

2. ăn sáng, ăn trưa, bây giờ, ăn tối, mấy giờ

3. hôm qua, hôm nay, đi học, ngày mai, ngày kia, muộn

4. người Anh, người Mỹ, người nước nào, người Việt, thư ký

> 단어 **ngày kia** 모레 | **người Anh** 영국인

5 같은 부류에 속하는 단어를 써 보세요.

1. công ty, nhà hàng, _____, _____, _____

2. sinh viên, bác sĩ, _____, _____, _____

3. buổi tối, buổi trưa, _____, _____, _____

4. làm việc, học, _____, _____, _____

5. tiếng Anh, tiếng Việt, _____, _____, _____

6. ai, bao nhiêu, _____, _____, _____

6 베트남어 음독을 아라비아 숫자로 바꾸어 보세요.

1. một trăm rưởi   ➡ _____.

2. ba nghìn rưởi   ➡ _____.

3. chín nghìn tám trăm linh năm   ➡ _____.

4. một nghìn chín trăm chín mươi chín ➡ _____.

🔍Tip! ■ 'rưởi(rưỡi)'는 '절반(1/2)'을 의미합니다.
   예 hai nghìn rưởi 2.500 / ba triệu rưởi 3.500.000

7 빈칸에 들어갈 알맞은 단어를 〈보기〉에서 골라 써 보세요.

> 보기 | muộn / giám đốc / thức dậy / ăn tối / đọc báo / công ty / làm việc

Ông Lâm là 1) _____ của một 2) _____ lớn ở thành phố. Ông ấy thường 3) _____ lúc 5 giờ 45 phút. Sau đó, ông ăn sáng và 4) _____. Ông đến công ty lúc 7 giờ kém 15. Buổi sáng, ông ấy 5) _____ từ 7 giờ đến 11 giờ rưỡi. Buổi trưa, ông về nhà ăn cơm và ngủ trưa khoảng 30 phút. Buổi chiều, ông ấy làm việc từ 1 giờ đến 5 giờ. Buổi tối, ông thường đi 6) _____ với các khách hàng hay nhân viên của công ty. Ông thường về đến nhà rất 7) _____.

> 단어 **lúc** (시간)에 | **sau đó** 그 다음에, 그 이후에 | **ngủ trưa** 낮잠자다 | **về đến nhà** 퇴근하다, 집으로 돌아오다

8 'rất' 또는 'quá'를 빈칸에 알맞게 넣어 문장을 완성해 보세요.

1. Tôi chờ ông John lâu _____.

2. Chúng tôi thường về đến nhà _____ muộn.

3. Các anh ấy _____ muốn gặp ông.

4. Ba tôi _____ thích đọc báo buổi sáng.

5. Xin lỗi, tôi ngồi đây được không? Tôi mệt _____.

> 단어 **chúng tôi** (청자를 포함한) 우리 | **muốn** 원하다, 희망하다

9 빈칸에 들어갈 알맞은 문장을 〈보기〉에서 골라 써 보세요.

> 보기 | (1) Tôi ngồi ở đây, được không?
> (2) Cô ấy nói tiếng Pháp được không?
> (3) Anh ấy thường đi ngủ sớm, phải không?
> (4) Hôm qua anh thức dậy lúc mấy giờ?

1. (   ) _____ Dạ, được. Mời ông.
네, 돼요. 여기 앉으세요.

2. (   ) _____ Tôi thức dậy lúc 6 giờ rưỡi sáng.
저는 아침 6시 반에 일어났어요.

3. (   ) _____ Được. Cô ấy nói tiếng Pháp được.
네. 그녀는 프랑스어를 할 수 있어요.

4. (   ) _____ Vâng, anh ấy thường đi ngủ sớm.
네, 그는 보통 일찍 자러 가요.

10 다음 문장에서 틀린 부분을 찾고, 알맞은 문장으로 고쳐 보세요.

1. Cô làm người Mỹ, phải không?

   ➡ _____

2. Chúng tôi đi trường lúc 7 giờ rưỡi.

   ➡ _____

3. Cô ấy là nghề gì?

   ➡ _____

4. Anh đi ở đâu đấy?

   ➡ _____

11 다음 예시를 참고하여, 장소를 묻는 의문사 'đâu(어디)' 또는 'ở đâu(어디에서)'를 활용한 질문을 완성해 보세요.

> 예시 | Anh Bình gặp anh Nam ở một quá cà phê. 빈 씨는 남 씨를 한 커피숍에서 만나요.
> → Anh Bình gặp anh Nam ở <u>đâu</u>? 빈 씨는 남 씨를 어디에서 만나요?

1. Bà Lệ làm việc ở ngân hàng. ➡ _____?

2. Chiều nay chị Mai và chị Lan đi chợ Bến Thành. ➡ _____?

3. Công ty của họ ở đường Lê Thánh Tôn, Quận 1. ➡ _____?

4. Anh ấy muốn đi Bưu điện Thành Phố. ➡ _____?

12 단어를 알맞게 배열하여 문장을 완성해 보세요.

1. không / hôm qua / anh ấy / đi học / tại sao

_____?

2. bao nhiêu / sinh viên / chị / lớp / cô

_____?

3. ở đâu / cô Thủy / tiếng Anh / học

_____?

4. chị / buổi tối / đọc sách / thường / hay / xem ti vi

_____?

5. gì / đang / Thủy / đọc / đấy

_____?

6. gì / học / hôm qua / các anh / đã

_____ ?

13 박스 안의 단어 중 알맞은 단어를 선택해 보세요.

1. Cô Mai [đi / đến] trường để học tiếng Anh.

2. Cô đang sống [đâu / ở đâu] ?

3. Anh tên là Nam [không / phải không] ?

4. Anh nói tiếng Anh [được không / được] ?

5. Yoko [làm / là] người nước nào?

14 빈칸을 채워 자유롭게 문장을 완성해 보세요.

1. Sáng chủ nhật anh ấy thường _____.

2. Chị ấy không phải là _____.

3. Tại sao anh không _____?

4. Anh có bao nhiêu _____?

5. Chị học tiếng Việt mấy _____?

6. Chị là _____, phải không?

7. Sáng hôm qua, anh _____ ở đâu?

8. Cô ấy không _____ à?

Hoàng là phóng viên. 황 씨는 기자입니다.

Hoàng là phóng viên.

_____

Buổi sáng Hoàng thức dậy rất sớm, lúc 5 giờ. 아침에 황 씨는 매우 일찍 일어나는데, 5시입니다.

Buổi sáng Hoàng thức dậy rất sớm, lúc 5 giờ.

_____

Sau đó, anh ấy ăn sáng. 그 후에, 그는 아침을 먹습니다.

Sau đó, anh ấy ăn sáng.

_____

Anh ấy thường ăn sáng ở nhà. 그는 보통 집에서 아침을 먹습니다.

Anh ấy thường ăn sáng ở nhà.

_____

6 giờ 45 anh ấy đi làm việc. 6시 45분에 그는 일을 하러 갑니다.

6 giờ 45 anh ấy đi làm việc.

_____

Buổi tối, Hoàng đi ngủ rất muộn, lúc 12 giờ đêm hay 1 giờ sáng.
저녁에 황 씨는 매우 늦게 자러 가는데, 밤 12시 또는 새벽 1시입니다.

Buổi tối, Hoàng đi ngủ rất muộn, lúc 12 giờ đêm hay 1 giờ sáng.

_____

Bài 7

Hôm nay là thứ mấy?

오늘은 무슨 요일인가요?

 학습 Point

- ☐ 요일을 나타내는 표현
- ☐ 동사 để
- ☐ 부사 sắp, sẽ
- ☐ 의문사 bao lâu, bao giờ

 새 단어 *회화문에서 배울 새 단어를 미리 학습해 보세요.

🔊 Track 07_1

thứ (몇) 번째, 요일	**này** 이곳, 이것
sắp 곧(근접 미래)	**bao giờ** 언제
để 두다, 놓다, ~하기 위해	**tiếc** 아쉬워하다, 후회하다
việc 일, 것, 사건	**bao lâu** 얼마나, 언제까지
sẽ ~할 것이다	**chúc** 기원하다, 축하하다
vui 즐겁다	**quà** 선물
ở đây 여기, 이곳	**hơn** ~보다 더 많다
khoảng 대략, 약	**tháng (~sau/trước)** 월(다음 달, 지난달)
từ A đến B A에서 B까지	**thôi** 자, 그만(상황을 중단)

월요일	화요일	수요일	목요일	금요일	토요일	일요일
thứ hai	thứ ba	thứ tư	thứ năm	thứ sáu	thứ bảy	chủ nhật

1. 마이에게 달랏(Đà Lạt) 여행을 제안하는 투

🔊 Track 07_2

Thu	Chị Mai này, tôi sắp đi du lịch Đà Lạt.
Mai	Ồ, hay quá! Bao giờ chị đi?
Thu	Chủ nhật tuần này. Chị đi với tôi không?
Mai	Để tôi xem……. Hôm nay là thứ mấy?
Thu	Hôm nay là thứ tư.
Mai	Thứ tư rồi à? Tiếc quá. Tôi còn nhiều việc phải làm ở công ty. Chị sẽ ở Đà Lạt bao lâu?
Thu	Ba ngày. Chiều thứ ba tôi về.
Mai	Chúc chị đi Đà Lạt vui.
Thu	Cảm ơn chị. Tôi sẽ có quà Đà Lạt cho chị.

투   마이 씨, 저는 곧 달랏으로 여행을 가요.

마이   오, 재밌겠다! 언제 가세요?

투   이번 주 일요일이에요. 저랑 같이 가실래요?

마이   어디 보자……. 오늘이 무슨 요일이죠?

투   오늘은 수요일이에요.

마이   수요일이요? 너무 아쉬워요. 저는 회사에 아직 해야 할 일이 많이 남아있어요.
       달랏에 얼마나 있을 예정이에요?

투   3일이요. 화요일 오후에 저는 돌아와요.

마이   달랏 여행 잘 다녀오세요.

투   고마워요. 달랏에서 돌아올 때 선물 가져올게요.

🔊 Track 07_3

Hải	Chào chị Mai.
Mai	Chào anh Hải. Anh làm gì ở đây?
Hải	Tôi học tiếng Anh. Còn chị?
Mai	Tôi học tiếng Pháp. Anh học tiếng Anh ở đây bao lâu rồi?
Hải	Hơn một năm rồi. Còn chị, chị học ở đây bao lâu rồi?
Mai	Khoảng bốn tháng rồi. Tôi học từ 5 giờ rưỡi chiều đến 7 giờ tối.
Hải	Tôi cũng vậy. Chị học mấy buổi một tuần?
Mai	Ba buổi một tuần: tối thứ hai, tối thứ tư và tối thứ sáu. Thôi, sắp đến giờ học rồi. Chào anh.
Hải	Vâng, chào chị.

하이	안녕하세요, 마이 씨.
마이	안녕하세요, 하이 씨. 여기서 뭐 하세요?
하이	저는 영어를 공부해요. 그러는 당신은요?
마이	저는 프랑스어를 공부해요. 여기서 영어 공부를 얼마나 하셨나요?
하이	1년 되었어요. 그러는 당신은요, 여기서 얼마나 공부했나요?
마이	4개월 정도 되었어요. 저는 오후 5시 반부터 저녁 7시까지 공부해요.
하이	저도 그래요. 일주일에 수업이 몇 번 있나요?
마이	주 3회요. 월요일 저녁, 수요일 저녁, 그리고 금요일 저녁이요. 자, 곧 수업시간이에요. 안녕히 가세요.
하이	네, 잘 가요.

1 부사 sắp

부사 'sắp'은 '곧 ~할 것이다'라는 의미로, 곧 다가올 가까운 미래를 나타낼 때 사용합니다. 'sắp'이 포함된 문장의 경우, 날짜, 시각 등 구체적인 시간 표현을 나타내는 단어와 함께 쓰이지 않습니다.

- **Anh ấy sắp đến.** 그는 곧 올 거예요.
- **Tôi sắp đi Hà Nội.** 저는 곧 하노이에 갈 거예요.

2 부사 sẽ

미래의 상황을 나타내는 부사 'sẽ'는 '~할 것이다', '~할 예정이다'라는 의미입니다. 'sẽ'는 경우에 따라 화자의 미래에 대한 계획뿐만 아니라 의지 등을 말할 때 사용하기도 합니다. 또한, 비슷한 의미인 부사 'sắp'과는 달리 구체적인 시간 표현과 함께 쓸 수 있습니다.

- **Tháng sau, tôi sẽ về nước.** 다음 달에, 저는 귀국할 거예요.
- **Anh sẽ ở Hà Nội bao lâu?** 형은 하노이에 얼마동안 있을 예정이야?

> 단어 **về nước** 귀국하다

3 동사 để

동사 'để'는 '~하도록 두다', '~하게 하다' 등으로 해석되며, 영어의 동사 'let'과 유사한 역할을 합니다. 대상이 어떠한 행위를 하도록 간섭하지 않고 그대로 두는 상황에서 사용합니다.

- **A Để tôi xem.** 내가 어디 한 번 볼게.
  B Nó mệt, để nó ngủ. 그는 피곤해. 그가 자도록 놔둬.

4 의문사 bao lâu

의문사 'bao lâu'는 '얼마나', '얼마동안'이라는 의미로, 특정한 기간을 물을 때 사용합니다.

- A Chị sẽ ở Đà Lạt bao lâu? 언니는 달랏에 얼마나 있을 거예요?
- B Một tuần. 일주일이요.

- A Anh đã học tiếng Việt bao lâu? 형은 베트남어를 얼마동안 공부했나요?
- B Sáu tháng. 6개월이요.

'bao lâu rồi'는 다음 예시와 같이 과거의 시점부터 말하는 시점까지의 기간을 물을 때 사용하며, '얼마나 ~해왔나요?'라고 해석합니다.

- A Cô ở Việt Nam bao lâu rồi? 당신은 베트남에 얼마동안 있었나요?
- B Một năm rồi. 1년 있었어요.

5 의문사 bao giờ

'bao giờ'는 특정한 시점을 물을 때 사용하는 의문사로, '언제', '어느 때에'라는 의미입니다. 미래 시점에 대해 질문할 때는 첫 번째 예문과 같이 'bao giờ'를 문장 앞에 사용하며, 과거 시점에 대해 질문할 때는 두 번째 예문과 같이 문장 끝에 사용합니다.

- A Bao giờ anh đi? 형은 언제 가나요? [미래 시점에 대한 질문]
- B Ngày mai. 내일이요.

- A Anh đi bao giờ? 형은 언제 갔나요? [과거 시점에 대한 질문]
- B Hôm qua. 어제요.

1 **Bao giờ chị ……?** 언니는 언제 ~하나요?

Bao giờ chị	đi Đà Lạt?	언니는 언제 달랏에 가나요?
	về nước?	언니는 언제 귀국하나요?
	đi Nhật?	언니는 언제 일본에 가나요?

2 **Anh ấy sắp ……,** 그는 곧 ~합니다.

Anh ấy sắp	đi Hà Nội.	그는 곧 하노이에 갑니다.
	đến Việt Nam.	그는 곧 베트남에 옵니다.
	về nước.	그는 곧 귀국합니다.

3 **Chị sẽ ở …… bao lâu?** 언니는 ~에 얼마동안 있을 예정인가요?

Chị sẽ ở	Đà Lạt	**bao lâu?**	언니는 달랏에 얼마동안 있을 예정인가요?
	Hà Nội		언니는 하노이에 얼마동안 있을 예정인가요?
	Hàn Quốc		언니는 한국에 얼마동안 있을 예정인가요?

4 **Để tôi ……,** 내가 ~할게.

Để tôi	xem.	내가 볼게.
	nói.	내가 말할게.
	hỏi.	내가 물어볼게.

5 **Anh học từ ...... đến ......?** 형은 ~부터 ~까지 공부하나요?

Anh học từ	mấy giờ	đến	từ mấy giờ?
	thứ mấy		thứ mấy?
	ngày nào		ngày nào?
	tháng mấy		tháng mấy?

형은 몇 시부터 몇 시까지 공부하나요?

형은 무슨 요일부터 무슨 요일까지 공부하나요?

형은 며칠부터 며칠까지 공부하나요?

형은 몇 월부터 몇 월까지 공부하나요?

단어 **hỏi** 묻다

 연습 문제

1 **뚜언 씨와 찌 씨의 대화를 듣고, 질문에 대한 알맞은 답을 고르세요.** 🔊 Track 07_5

1. 뚜언 씨는 언제 귀국할 예정인가요?

① tháng 7 năm sau ② tháng 8 năm sau

2. 내년에 귀국하면 뚜언 씨는 얼마나 머무를 것인가요?

① hai tháng ② một năm

3. 뚜언 씨의 친구는 언제 베트남에 오나요?

① tháng sau ② tuần sau

단어 **năm sau** 내년 | **tuần sau** 다음 주

남 씨와 사장, 두 사람의 대화를 듣고 빈칸을 채워 보세요. 🔊 Track 07_6

| 보기 | ngày 30 / sân bay / buổi sáng / tuần sau / hôm nay / đến / tháng trước |

Nam   Xin lỗi ông, ông cho tôi nhận lương. 1) _____ là ngày 30 rồi.

Ông chủ   2) _____ rồi à? Nhanh quá. Tôi nhớ là đã trả lương cho anh rồi.

Nam   Dạ, không phải. Đó là lương của 3) _____.

Ông chủ   Nhưng bây giờ muộn quá rồi. Bốn giờ rưỡi rồi. Tôi phải về. Thứ hai

            4) _____, được không?

Nam   Dạ, được. Nhưng thứ hai tuần sau ông sẽ ở đây từ mấy giờ 5) _____
            mấy giờ?

Ông chủ   6) _____. Từ 8 giờ đến 10 giờ 30.

Nam   Thưa ông, lúc đó tôi bận. Tôi phải đi 7) _____.

Ông chủ   Vậy hả?!

단어 nhận 받다 | nhanh 빨리 | trả 지불하다 | nhớ 그리워하다, 기억하다 | đó 그것

---

3 일정표를 보고, 예시를 참고하여 자유롭게 이야기해 보세요.

| 예시 | Nam đi Đà Lạt từ thứ ba tuần này. Anh ấy sẽ về vào thứ năm tuần sau.
남 씨는 이번 주 화요일부터 달랏에 가요. 그는 다음 주 목요일에 돌아올 거예요. |

Tên 이름	Địa điểm 목적지	Ngày đi 가는 날	Ngày về 돌아오는 날	Tuần đi 가는 주	Tuần về 돌아오는 주
Nam	Đà Lạt	Thứ ba	Thứ năm	Tuần này	Tuần sau
Mai	Cần Thơ	Thứ hai	Thứ sáu	Tuần trước	Tuần này
Dũng	Huế	Thứ bảy	Chủ nhật	Tuần trước	Tuần sau
Hoa	Hà Nội	Thứ tư	Thứ bảy	Tuần này	Tuần sau

단어 tuần này 이번 주 | tuần trước 지난주

4 란 씨의 시간표를 보고, 예시를 참고하여 학습 과목, 학습하는 시간 및 요일 등에 대해 자유롭게 이야기해 보세요.

예시 | - Lan học 6 ngày một tuần. Từ thứ hai đến thứ bảy.
란 씨는 일주일에 6일 공부합니다. 월요일부터 토요일까지입니다.

- Lan học Anh văn 3 buổi một tuần, vào sáng thứ hai, sáng thứ tư và sáng thứ sáu.
란 씨는 일주일에 3번 영어를 공부하는데 월요일 오전, 수요일 오전 그리고 금요일 오전입니다.

시간대 \ 요일		Thứ hai 월요일	Thứ ba 화요일	Thứ tư 수요일	Thứ năm 목요일	Thứ sáu 금요일	Thứ bảy 토요일	Chủ nhật 일요일
Buổi sáng	7:00~8:45	Anh văn	Văn học	Anh văn	Văn học	Anh văn		Nghỉ
	9:00~10:45	Nhạc	Vi tính	Nhạc	Vi tính		Lịch sử	
Buổi chiều	1:00~2:45	Lịch sử	Địa lý		Địa lý			Nghỉ
	3:00~4:45	Văn học						

단어 **Anh văn** 영어(과목) | **nhạc** 음악 | **lịch sử** 역사 | **văn học** 문학 | **vi tính** 컴퓨터 | **địa lý** 지리

5 달력을 보고, 예시를 참고하여 자유롭게 묻고 답해 보세요.

예시 | **A** Tháng này có bao nhiêu ngày? 이번 달은 며칠이 있습니까?
B Có 30 ngày. 30일 있습니다.

A Tháng này có mấy ngày thứ hai? 이번 달은 월요일이 며칠 있습니까?
B Có bốn ngày. 4일 있습니다.

A Ngày 22 là thứ mấy? 22일은 무슨 요일입니까?
B Ngày 22 là thứ sáu. 22일은 금요일입니다.

Thứ hai 월요일	Thứ ba 화요일	Thứ tư 수요일	Thứ năm 목요일	Thứ sáu 금요일	Thứ bảy 토요일	Chủ nhật 일요일
				1	2	3
4	5	6	7	8	9	10
11	12	13	14	15	16	17

18	19	20	21	22	23	24
25	26	27	28	29	30	

6 빈칸에 들어갈 알맞은 단어를 〈보기〉에서 골라 써 보세요.

> 보기 │ 　　　　　　về / ăn sáng / lúc / ăn trưa / bơi / tuần trước

Chủ nhật ¹⁾ _____ tôi và bạn tôi đi Vũng Tàu. Chúng tôi đến Vũng Tàu

²⁾ _____ 8 giờ sáng. Tôi và bạn tôi ³⁾ _____. Sau đó chúng tôi đi bơi.

Chúng tôi ⁴⁾ _____ đến 12 giờ trưa. Chúng tôi ⁵⁾ _____ và nghỉ trưa đến

2 giờ chiều. Sau đó bạn tôi đi bơi, còn tôi đi tham quan thành phố Vũng Tàu. Bốn giờ

chiều, chúng tôi bắt đầu ⁶⁾ _____. Chúng tôi về đến Thành phố Hồ Chí Minh lúc

7 giờ tối. Chúng tôi hơi mệt nhưng rất vui.

> 단어 **bơi** 수영하다 | **tham quan** 방문하다 | **hơi** 조금

7 빈칸에 들어갈 알맞은 단어를 〈보기〉에서 골라 써 보세요.

> 보기 │ 　　　　　　sớm / nhiều / rồi / buồn

1. Hôm nay cô ấy không vui. Anh có biết tại sao cô ấy _____ không?

2. Anh ấy thường đi học muộn, nhưng hôm nay anh ấy đi học _____ .

3. Sáng nay ông ấy rất bận. Ông ấy không _____ để gặp anh.

4. Anh ấy có ít tiền. Anh ấy phải làm việc để có _____ tiền.

> 단어 **buồn** 슬프다 | **ít** 적다, 조금 | **tiền** 돈

8 문장에서 시간을 가리키는 명사(또는 명사구)를 찾아 동그라미 표시해 보세요.

1. Chủ nhật tuần trước tôi và chị Mai đã đi nhà thờ.

2. John đã đến Việt Nam tháng giêng năm nay.

3. Tháng sau tôi sẽ về nước.

4. Chúng tôi sẽ đi Nha Trang chiều thứ bảy tuần sau.

5. Năm sau chúng tôi sẽ đi du lịch ở Trung Quốc.

6. Chúng tôi đã gặp anh ấy ở Hà Nội hôm qua.

> 단어 tháng giêng 1월

9 단어를 알맞게 배열하여 문장을 완성해 보세요.

1. sắp / tôi / Hà Nội / đi

   _____.

2. năm sau / đến đây / bạn tôi / sẽ

   _____.

3. thứ bảy / thứ hai / từ / làm việc / tôi / đến

   _____.

4. học / anh ấy / từ / sáng / chiều / đến

   _____.

5. đến / bạn tôi / Việt Nam / sắp

   _____.

10 빈칸에 'sắp' 또는 'sẽ'를 알맞게 넣어 다음 문장을 완성해 보세요.

1. Tháng sau bạn tôi _____ đến Việt Nam.

2. _____ đến giờ học rồi.

3. Ngày mai tôi _____ thức dậy sớm.

4. Ông bà Thompson _____ về nước rồi, anh có đến chào tạm biệt họ không?

5. Cô giáo _____ đến rồi.

6. Năm sau anh ấy _____ đến Việt Nam học tiếng Việt trong 3 tháng.

11 예시와 같이 'bao giờ', 'bao lâu', 'mấy'를 사용하여 평서문을 의문문으로 바꾸어 보세요.

> 예시 | 평서문 Tuần sau tôi đi Đà Lạt. 다음 주에 저는 달랏에 가요.
> 의문문 <u>Bao giờ</u> anh đi Đà Lạt? 당신은 언제 달랏에 가나요?

1. Tôi sống ở khách sạn đó 2 tháng.

➡ _____ ?

2. Anh ấy học tiếng Việt 3 buổi một tuần.

➡ _____ ?

3. Tôi sẽ ở Hà Nội 2 tuần.

➡ _____ ?

4. Tuần trước mẹ tôi đã đi thăm bạn ở Hà Nội.

➡ _____ ?

5. Tháng 12 năm nay, cô Hà và cô Lan sẽ bắt đầu làm việc ở Biên Hòa.

➡ _____ ?

6. Chúng tôi đã học ở trường này từ tháng 4.

   ➡ _____?

12 빈칸을 채워 자유롭게 문장을 완성해 보세요.

   1. Anh ấy sắp _____, phải không?

   2. Chị sẽ _____ bao lâu?

   3. Ông ấy _____ bao giờ?

   4. Bao giờ anh _____?

   5. Anh sẽ học tiếng Việt _____?

13 다음 질문에 자유롭게 대답해 보세요.

   1. Bạn bắt đầu học tiếng Việt từ bao giờ?   ➡ _____
   당신은 베트남어를 언제부터 공부했나요?

   2. Bạn đã học tiếng Việt bao lâu rồi?   ➡ _____
   당신은 베트남어를 공부한 지 얼마나 되었나요?

   3. Bạn học tiếng Việt mấy buổi một tuần?   ➡ _____
   당신은 베트남어를 일주일에 몇 번 공부하나요?

   4. Bạn sẽ đi du lịch ở đâu? Bao giờ bạn đi?   ➡ _____
   당신은 어디로 여행을 갈 건가요? 언제 가나요?

14 녹음을 듣고 문장을 따라 써 보세요. 🔊 Track 07_7

Mai đang học tiếng Pháp ở một trung tâm ngoại ngữ.
마이 씨는 한 외국어 학원에서 프랑스어를 공부하고 있습니다.

Mai đang học tiếng Pháp ở một trung tâm ngoại ngữ.
_____

Cô ấy học một tuần ba buổi: tối thứ hai, tối thứ tư và tối thứ sáu.
그녀는 월요일 저녁, 수요일 저녁, 금요일 저녁, 일주일에 세 번 공부합니다.

Cô ấy học một tuần ba buổi: tối thứ hai, tối thứ tư và tối thứ sáu.
_____

Lớp học của cô ấy bắt đầu từ 5 giờ rưỡi chiều và kết thúc lúc 7 giờ tối.
그녀가 듣는 수업은 오후 5시 반에 시작해서 저녁 7시에 끝납니다.

Lớp học của cô ấy bắt đầu từ 5 giờ rưỡi chiều và kết thúc lúc 7 giờ tối.
_____

Ban ngày đi làm việc, buổi tối đi học thêm ngoại ngữ, nên cô ấy không có nhiều thời
gian để xem phim hay đọc sách.
낮에는 일을 하러 가고, 저녁에는 외국어를 더 공부하기 때문에 그녀는 영화를 보거나 책을 읽을 시간이 많이 없습니다.

Ban ngày đi làm việc, buổi tối đi học thêm ngoại ngữ, nên cô ấy không có nhiều thời
_____

gian để xem phim hay đọc sách.
_____

단어 **trung tâm** 학원 | **ngoại ngữ** 외국어 | **kết thúc** 끝내다 | **ban ngày** 낮

Bài 8

Cô đi thẳng đường này.

이 길로 직진하세요.

학습 Point		
☐ 장소 및 방향 관련 표현	☐ 부사 mới, lắm	☐ không……đâu 구문
☐ 부사 đi	☐ 조사 ạ, hả	

 새 단어 *회화문에서 배울 새 단어를 미리 학습해 보세요.

🔊 Track 08_1

làm ơn ~해 주세요	**hỏi thăm** ~을(를) 묻다, 안부를 묻다
đi thẳng 직진하다	**ngã tư** 사거리, 교차로
rẽ / quẹo 방향을 틀다	**rẽ trái / rẽ phải** 좌회전하다 / 우회전하다
xa (거리가) 멀다	**lắm** 매우, 아주
chỉ 그저, 단지	**mét** 미터(m)
lạc đường 길을 잃다	**mình** 우리, 나 자신
nơi 장소, 곳	**đến nơi** 목적지에 도착하다
kêu / gọi 부르다, 주문하다	**xích lô / xe xích lô** 인력거
tốn tiền 가격이 비싸다, 돈을 낭비하다	**cảnh sát** 경찰
ừ 응, 네(동등하거나 손아랫사람에게 대답)	**đứng** 일어서다, 서 있다
gần 가깝다	**thêm** 추가하다, 더하다
nữa 더, 더 많다	**có lẽ** 어쩌면, 혹시
cây số 킬로미터(km)	**túi xách** 가방, 핸드백
nặng 무겁다	**mang** 운반하다, 가져오다

1. 우체국으로 가는 길을 묻는 요코

🔊 Track 08_2

Yoko	Xin lỗi, anh làm ơn cho hỏi thăm.
Người đi đường	Dạ, cô hỏi gì?
Yoko	Bưu điện ở đâu ạ?
Người đi đường	Bưu điện Thành phố, phải không?
	Cô đi thẳng đường này. Đến ngã tư thì rẽ trái.
	Bưu điện ở bên phải.
Yoko	Từ đây đến đó có xa không, anh?
Người đi đường	Không xa lắm đâu. Chỉ khảong 200 mét.
Yoko	Nhưng tôi mới hỏi một ngừoi. Người đó nói là còn xa lắm.
Người đi đường	Không phải đâu. Cô đi thẳng đường này đi.
	Không lạc đường đâu.

요코   실례지만, 뭐 좀 여쭤볼게요.

행인   네, 어떤 건가요?

요코   우체국이 어디에 있나요?

행인   중앙 우체국 맞죠? 이 길로 직진하세요. 사거리에 도착하면 좌회전하세요.

         우체국은 오른쪽에 있어요.

요코   여기부터 거기까지 먼가요?

행인   전혀 멀지 않아요. 약 200미터 정도 밖에 되지 않아요.

요코   하지만 제가 방금 어떤 분에게 물어봤어요. 그분은 아주 멀다고 했어요.

행인   전혀 아니에요. 이 길로 직진하세요. 길을 잃을 리는 없어요.

2-1. 낸시 시장으로 가는 떤 부부

◁)) Track 08_3

Tân	Ôi, năng quá! Mình kêu xích lô đi, em.
Xuân	Tốn tiền lắm. Sắp đến nơi rồi. Đến ngã tư, em sẽ hỏi cảnh sát.
Tân	Ừ, cảnh sát đang đứng kìa. Em hỏi đi!

떤	아유, 무거워! 인력거를 부릅시다. 여보.
쑤언	돈이 많이 들어요. 곧 다 와가요. 사거리에 도착하면 경찰관에게 길을 물어볼게요.
떤	응, 경찰이 저기에 서 있네요. 가서 물어봐요!

2-2. 경찰에게 길을 묻는 쑤언

Xuân	Xin lỗi, anh làm ơn cho hỏi: Chợ Nancy có gần đây không ạ?
Cảnh sát	Chợ Nancy hả? Chị đi thẳng đường này. Đến ngã tư thứ hai, rẽ trái. Đi thêm khoảng 500 mét nữa, rẽ phải. Sao đó, đi thêm khoảng 200 mét nữa thì đến.
Xuân	Vậy, từ đây đến đó còn khoảng bao nhiêu mét?
Cảnh sát	À, để xem. Có lẽ khoảng hai cây số.
Xuân	Cảm ơn anh.

쑤언	실례지만, 뭐 좀 여쭤볼게요. 낸시 시장이 여기 근처에 있습니까?
경찰	낸시 시장이요? 이 길로 쭉 직진하세요. 두 번째 사거리에 도착하면, 좌회전하세요. 500미터 정도 더 간 후, 우회전하시고요. 그 다음에 200미터 정도 더 가면 도착할 거예요.
쑤언	그렇군요. 여기에서 거기까지 몇 미터 정도 되나요?
경찰	아, 어디 보자. 아마 2킬로미터 정도 될 거예요.
쑤언	감사합니다.

2-3. 잠시 후

Tân	Hai cây số. Xa quá!
Xuân	Không xa lắm đâu. Đi đi, anh.
Tân	Nhưng túi xách này nặng quá!
Xuân	Để em mang cho. Ồ, nặng quá!
	Có lẽ chúng ta phải kêu xích lô.

떤	2킬로미터. 너무 멀어요!
쑤언	하나도 멀지 않아요. 갑시다, 여보.
떤	하지만 이 가방이 너무 무거워요!
쑤언	제가 들어볼게요. 어휴, 정말 무겁네요!
	아무래도 인력거를 불러야겠어요.

1 부사 mới

최근에 일어난 일에 대해 말할 때 사용하는 부사 'mới'는 동사 앞에 위치하며, '방금 ~하다', '이제서야 ~하다' 또는 '~한 지 얼마 되지 않다'라는 의미입니다.

- Cô Mai mới đi Hà Nội. 마이 씨는 방금 하노이에 갔어요.
- Tôi mới nói chuyện với anh ấy. 저는 그와 이제 막 대화를 해요.

2 부사 lắm

부사 'lắm'은 '아주', '너무'라는 의미입니다. 주로 구어체에서 사용하며, 형용사(또는 부사) 뒤에 위치합니다. 부정문에서 'lắm'은 'không……lắm' 형식으로 쓰여 '그다지 ~하지 않다'라는 의미를 나타냅니다. 참고로, 비슷한 의미인 'rất'과 'quá'는 부정문으로 쓰이지 않습니다.

- Nhà tôi ở xa lắm. 저희 집은 아주 멀어요.
- Sách này hay lắm. 이 책은 아주 재밌어요.
- Từ đây đến bệnh viện không xa lắm. 여기서부터 병원까지는 그다지 멀지 않아요.

3 không……đâu 구문

'không……đâu' 구문은 강한 부정을 나타내는 표현으로, '전혀 ~않다', '절대 ~않다'라는 의미입니다. 상대방을 설득하거나 상대방의 의견에 반박함을 나타내기 위해 사용합니다.

- Anh ấy không đến đâu. 그는 절대 오지 않아요.
- Không xa lắm đâu. 전혀 멀지 않아요.

4 부사 đi

부사 'đi'는 '~해라'라는 의미로, 기존에 학습한 동사 'đi(가다)'와 문자는 같지만 품사에 따라 뜻이 다른 점에 유의하세요. 상대방에게 명령하거나 제안할 때 사용하는 표현인 부사 'đi'는 보통 구어체에서 사용합니다.

- Chị nói đi!   말하세요!
- Anh đi về đi!   집으로 가!

5 조사 ạ

조사 'ạ'는 예의, 격식 또는 존중을 나타내며, 문장 끝에 쓰여 경어체로 사용합니다.

- Chào ông ạ.   안녕하십니까.
- Xin lỗi, mấy giờ rồi ạ?   실례지만, 몇 시입니까?

6 조사 hả

조사 'hả'는 주로 문장의 가장 앞이나 뒤에 위치하여 상대방이 잘 듣지 못했거나, 의문이 생겨서 확신을 갖고자 되물을 때 사용하는 표현입니다.

- Xe đến rồi hả?   차가 도착했다고요?
- Hả? bao nhiêu tiền?   네? 얼마라고요?

단어 xe 자동차, 차량

 말하기 연습

1 Anh ······ đi! 형, ~하세요!

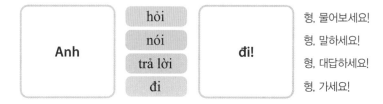

	hỏi		
Anh	nói	đi!	
	trả lời		
	đi		

형, 물어보세요!

형, 말하세요!

형, 대답하세요!

형, 가세요!

2 Bà làm ơn cho hỏi thăm: ······ ở đâu ạ? 뭐 좀 물어볼게요. ~은(는) 어디에 있습니까?

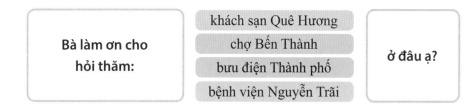

Bà làm ơn cho hỏi thăm:	khách sạn Quê Hương	ở đâu ạ?
	chợ Bến Thành	
	bưu điện Thành phố	
	bệnh viện Nguyễn Trãi	

뭐 좀 물어볼게요. 꾸에흥 호텔은 어디에 있습니까?

뭐 좀 물어볼게요. 벤탄 시장은 어디에 있습니까?

뭐 좀 물어볼게요. 중앙 우체국은 어디에 있습니까?

뭐 좀 물어볼게요. 응웬짜이 병원은 어디에 있습니까?

3 Chị đi thẳng đường này. Đến ngã tư ······ thì rẽ phải.

이 길로 직진하세요. ~사거리에 도착하면 오른쪽으로 도세요.

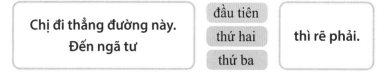

Chị đi thẳng đường này. Đến ngã tư	đầu tiên	thì rẽ phải.
	thứ hai	
	thứ ba	

이 길로 직진하세요. 첫 번째 사거리에 도착하면 오른쪽으로 도세요.

이 길로 직진하세요. 두 번째 사거리에 도착하면 오른쪽으로 도세요.

이 길로 직진하세요. 세 번째 사거리에 도착하면 오른쪽으로 도세요.

4 **Xin lỗi, gần đây có ······ không ạ?** 실례지만, 이 근처에 ～이(가) 있습니까?

Xin lỗi, gần đây có	bệnh viện tiệm sửa xe nhà vệ sinh trạm xe buýt	không ạ?

실례지만, 이 근처에 병원이 있습니까?

실례지만, 이 근처에 정비소가 있습니까?

실례지만, 이 근처에 화장실이 있습니까?

실례지만, 이 근처에 버스정류장이 있습니까?

5 **Từ ······ đến ······ có xa lắm không?** ～에서 ～까지 많이 먼가요?

Từ	nhà anh khách sạn đây	đến	trường trạm xe buýt đó	có xa lắm không?

형의 집에서 학교까지 많이 먼가요?

호텔에서 버스정류장까지 많이 먼가요?

여기에서 거기까지 많이 먼가요?

단어 **trả lời** 대답하다 | **đầu tiên** 첫 번째 | **tiệm sửa xe** 정비소 | **trạm xe buýt** 버스정류장

연습 문제

1 란 씨는 행인에게 길을 묻고 있습니다. 대화를 듣고, 질문에 대한 알맞은 답을 고르세요.   🔊 Track 08_5

1. 란 씨는 어디에 가고 싶어 하나요?

　① nhà hàng　　　　　　　　② ngân hàng

2. 그곳에 가려면 직진한 후, 두 번째 사거리에서 어떻게 해야 하나요?

　① rẽ trái　　　　　　　　② rẽ phải

3. 그곳까지 걸어갈 수 있나요?

　① được　　　　　　　　② không được

2 한 남자가 행인에게 우체국에 가는 길을 묻고 있습니다. 대화를 듣고, 질문에 대한 알맞은 답을 고르세요. 🔊 Track 08_6

1. 우체국에 도착하려면 어디까지 직진해야 하나요?

   ① ngã tư thứ hai   ② ngã tư thứ ba

2. 그 다음 어떻게 해야 하나요?

   ① rẽ trái   ② rẽ phải

3. 우체국은 성당의 어디 근처에 있나요?

   ① bên trái   ② bên phải

> 단어   bên trái 왼쪽, 왼편 | bên phải 오른쪽, 오른편

3 다음 지도를 보고 A와 B에게 다음 장소를 어떻게 가야 하는지 설명해 보세요.

① Ngân hàng 은행   ② Nhà thờ 성당
③ Bưu điện 우체국   ④ Chợ Bến Thành 벤탄 시장

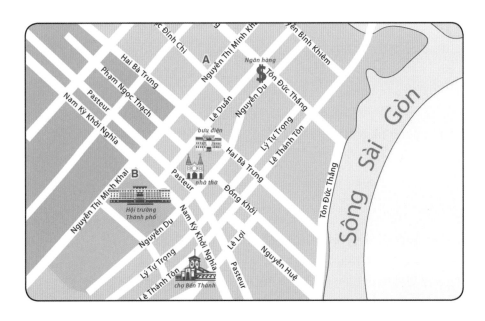

4 빈칸에 들어갈 알맞은 단어를 〈보기〉에서 골라 써 보세요.

> 보기 | tiệm ăn / bên trái / xa / đến

Từ trường ¹⁾ _____ khách sạn tôi đang ở không ²⁾ _____ lắm. Khách sạn đó ở gần ngã tư Hai ba Trưng-Lê Thánh Tôn. Đối diện với khách sạn là trạm xe buýt. Ở bên phải khách sạn là một ³⁾ _____ nhỏ. Buổi sáng tôi thường đến đó để ăn sáng. Còn ở ⁴⁾ _____ khách sạn là một nhà hàng lớn. Tôi chưa vào nhà hàng này vì bạn tôi nói là nhà hàng đó đắt lắm.

> 단어 **đối diện** ~의 맞은편, 마주하다 | **tiệm ăn** 레스토랑 | **nhỏ** 작다 | **lớn** 크다 | **chưa** 아직, 여태 | **vào** 들어가다(오다) |
> **đắt** (값이) 비싸다

5 빈칸에 들어갈 알맞은 단어를 〈보기〉에서 골라 써 보세요.

> 보기 | bên trái / phía sau / xa / nhẹ

1. Từ trường đến nhà anh gần hay _____?

2. Nhà hàng đó ở phía trước hay _____ của khách sạn?

3. Ở bên phải khách sạn là nhà hát, còn ở _____ khách sạn là bưu điện.

4. Túi xách này không nặng đâu. Nó _____ lắm.

> 단어 **phía** 측면, 방향 | **sau** 뒤쪽, 나중에 | **nhẹ** 가볍다 | **trước** 이전에, ~앞에서 | **nhà hát** 극장

6 예시와 같이 부사 'mới'를 사용하여 아래 문장을 다시 써 보세요.

> 예시 | Tôi đến Việt Nam tuần trước. ➡ Tôi mới đến Việt Nam tuần trước.
> 저는 지난주에 베트남에 도착했어요.   저는 지난주에 베트남에 막 도착했어요.

1. Tôi gặp anh ấy hôm qua.   ➡ _____

2. Bà ấy về nước hôm thứ năm. ➡ _____

3. Sáng nay tôi đi ngân hàng. ➡ _____

4. Anh Bình kêu xích lô về nhà. ➡ _____

5. Cô ấy đến Hà Nội thứ ba tuần này. ➡ _____

7 강한 부정을 나타내는 'không……đâu' 구문을 사용하여 부정문으로 답해 보세요.

> 예시 │ **A** Từ đây đến trường có xa lắm không?   **B** Không xa lắm đâu.
> 여기부터 학교까지 먼가요?   전혀 멀지 않아요.

1. A Chúng ta có đi lạc đường không?   우리는 길을 잃은 건가요?

   B _____

2. A Từ trường đến Nhà hát Thành phố có gần không?
   학교에서 시립극장까지 가까운가요?

   B _____

3. A Bưu điện Thành phố ở đường này, phải không ạ?
   이 길에 중앙 우체국이 있는 게 맞습니까?

   B _____

4. A Gần đây có tiệm sửa xe không ạ?   이 근처에 정비소가 있나요?

   B _____

5. A Gần đây có bệnh viện không?   이 근처에 병원이 있나요?

   B _____

단어 **chúng ta** 우리(청자 포함)

8 아래 제시된 상황에 대해, 명령어 'đi'를 사용하여 자신만의 적절한 제안 또는 명령문을 만들어 보세요.

> 예시 | Bạn muốn người đạp xích lô dừng lại để bạn gọi điện thoại.
>
> 당신은 전화통화를 위해 인력거꾼이 잠시 멈추기를 원합니다.
>
> ➡ Dừng lại <u>đi</u>! 멈춰 주세요!

1. Bạn muốn mời các bạn trong lớp đến nhà bạn chơi.

   당신은 반 친구들을 당신의 집에 초대하고 싶습니다.

   ➡ Các bạn _____

2. Bạn muốn mời Lâm đi uống cà phê ở tiệm đối điện với trường.

   당신은 럼 씨와 학교 맞은편 커피숍에서 커피를 마시러 가고 싶습니다.

   ➡ Chúng ta _____

3. Từ đây đến chợ Bến Thành khá xa. Bạn đề nghị Mai gọi một chiếc taxi.

   여기부터 벤탄 시장까지는 꽤 멀어요. 당신은 마이 씨에게 택시를 불러달라고 제안합니다.

   ➡ Chị _____

4. Ở góc ngã tư Điện Biên Phủ - Mạc Đĩnh Chi có một tiệm ăn ngon.
   Bạn muốn mời Hùng đến đó ăn tối.

   디엔 비엔 푸–막 딘 찌 사거리 모퉁이에 맛있는 식당이 하나 있습니다. 당신은 훙 씨와 그곳에 저녁을 먹으러 가고 싶습니다.

   ➡ Chúng ta _____

> 단어 **người đạp xích lô** 인력거꾼 | **đạp** 페달을 밟다 | **dừng lại** 멈추다 | **khá xa** 꽤 멀다 | **đề nghị** 제안하다, 의견을 내다 | **góc(~đường)** 길모퉁이, 길목 | **ngon** 맛있다

9 각 박스 안의 단어와 부사 'lắm'을 활용하여 문장을 완성해 보세요.

> 예시 | Từ ngã tư Hai Bà Trưng – Lê Duẩn đến trường gần lắm. `gần`
>
> 하이 바 쯩–레 주언 사거리에서 학교까지 아주 가까워요.

1. Đường này có nhiều _____ `ngon`

2. Từ nhà tôi đến _____ `xa`

3. Ở bên phải khách sạn có một _____ `lớn`

4. Bà ấy nói là _____ `không xa`

10 격식과 존중을 나타내는 조사 'ạ'를 사용하여 아래 문장을 완성해 보세요.

1. Xin lỗi, nhà vệ sinh ở đâu?

   ➡ _____

2. Ông có muốn gọi tắc xi không?

   ➡ _____

3. Đến ngân hàng, phải đi thẳng đường này, phải không?

   ➡ _____

4. Dạ, không phải. Ngân hàng đó không ở gần nhà sách đâu.

   ➡ _____

5. Từ đây đến tiệm sửa xe đó có xa không?

   ➡ _____

   단어 **tắc xi** 택시 | **nhà sách** 서점

11 확신을 갖기 위해 되묻는 조사 'hả'를 사용하여 A의 말을 되물어 보세요.

   예시 | **A** Anh đi thẳng đường này đi! 이 길로 직진하세요!

   B Đi thẳng đường này <u>hả</u>? 이 길로 직진이요?

1. **A** Tôi gọi tắc xi rồi.   **B** _____

2. A Ở góc đường này có một trạm xăng.   **B** _____

3. A Chị ấy không biết nhà sách ở đâu.   **B** _____

4. A Từ đây đến đó khoảng 100 mét.   **B** _____

> 단어 **trạm xăng** 주유소

---

12 녹음을 듣고 문장을 따라 써 보세요.   ◁)) Track 08_7

Khách sạn Bình Minh là một khách sạn lớn của Thành phố Hồ Chí Minh.
빈민 호텔은 호찌민시의 한 대형 호텔입니다.

Khách sạn Bình Minh là một khách sạn lớn của Thành phố Hồ Chí Minh.

Khách sạn này ở góc ngã tư Trần Hưng Đạo – Phạm Viết Chánh.
이 호텔은 쩐 흥 다오–팜 비엣 짠 사거리 길모퉁이에 있습니다.

Khách sạn này ở góc ngã tư Trần Hưng Đạo – Phạm Viết Chánh.

Gần khách sạn này là trạm xăng.   이 호텔 근처에는 주유소가 있습니다.

Gần khách sạn này là trạm xăng.

Bên cạnh khách sạn là Công ty Du lịch Thanh Niên.
호텔 옆에는 탄 니엔 여행사가 있습니다.

Bên cạnh khách sạn là Công ty Du lịch Thanh Niên.

> 단어 **bên cạnh** 옆, 근처

Bài 9

Tôi nên đi bằng gì?

무엇을 타고 가야 하나요?

 학습 Point

- ☐ 이동수단 관련 표현
- ☐ 조사 vậy, thôi
- ☐ 의문사 nào
- ☐ 조건절 nếu A thì B 구문

 **새 단어** *회화문에서 배울 새 단어를 미리 학습해 보세요.

🔊 Track 09_1

nên ~해야 한다	**bằng** ~을(를) 이용해서
theo ~을 따르다	**phương tiện** 수단, 방법
ô tô 자동차, 승용차	**mất** (시간, 돈 등이) 많이 들다
chỉ / chỉ······thôi 단지, 단지 ~일 뿐이다	**chuyến** 여행, 여정
mua 사다, 구매하다	**vé** 표, 티켓
vé ngồi 좌석표	**vé nằm** 침대석 표
vé một chiều 편도표	**vé khứ hồi** 왕복표
khởi hành 출발하다	

1. 하 씨에게 나트랑에 가는 방법을 묻는 톰

🔊 Track 09_2

Tom	Cô Hà, cô cho tôi hỏi một chút, được không?
Hà	Dạ, anh Tom muốn hỏi gì?
Tom	Tôi muốn đi Nha Trang chơi. Theo cô, tôi nên đi bằng phương tiện gì?
Hà	Nha Trang hả? Anh có thể đi bằng máy bay, ô tô hay xe lửa.
Tom	Đi bằng máy bay mất bao lâu?
Hà	Nếu đi bằng máy bay thì chỉ mất khoảng 1 tiếng thôi.
Tom	Còn nếu đi bằng xe lửa?
Hà	Thì mất khoảng 10 tiếng. Anh có thể đi chuyến tối.
Tom	Chuyến tối……. Xe lửa chuyến tối khởi hành lúc mấy giờ?
Hà	Lúc 8 giờ tối và đến Nha Trang khoảng 5 hay 6 giờ sáng.

톰	하 선생님, 뭐 좀 물어봐도 될까요?
하	네, 톰 씨는 무엇을 묻고 싶나요?
톰	나트랑에 놀러가고 싶어서요. 선생님 생각에는 제가 무엇을 타고 가야 하나요?
하	나트랑이요? 비행기, 자동차 또는 기차로 갈 수 있어요.
톰	비행기를 타고 가면 얼마나 걸리나요?
하	만약 비행기를 타고 간다면 한 시간밖에 안 걸려요.
톰	그럼 만약 기차를 타고 가면요?
하	그러면 10시간 정도 걸려요. 저녁 기차를 타고 갈 수도 있어요.
톰	저녁 기차라……. 저녁 기차는 몇 시에 출발하나요?
하	저녁 8시에 출발해서 나트랑에는 대략 오전 5시 또는 6시에 도착해요.

2. 승차권 매표소에서

🔊 Track 09_3

Tom	Chào cô. Tôi muốn mua một vé đi Nha Trang.
Người bán ve	Anh muốn đi ngày nào?
Tom	Dạ, ngày 20 tháng này.
Người bán ve	Có nhiều chuyến đi Nha Trang: chuyến sáng, chuyến tối. Anh muốn đi chuyến nào?
Tom	Chuyến tối. Chuyến tối khởi hành lúc 8 giờ, phải không cô?
Người bán ve	Dạ, đúng rồi. Anh mua vé một chiều hay khứ hồi?
Tom	Vé khứ hồi.

톰	안녕하세요. 저는 나트랑에 가는 기차표를 사고 싶어요.
매표원	며칠에 가려고 하시나요?
톰	네, 이번 달 20일이요.
매표원	나트랑에 가는 기차편은 많이 있어요. 오전 기차와 저녁 기차가 있습니다. 어느 편으로 가시겠어요?
톰	저녁 편이요. 8시에 출발하는 거 맞죠?
매표원	네, 맞아요. 편도로 가시겠어요, 아니면 왕복으로 가시겠어요?
톰	왕복표로 주세요.

Người bán vé	Vé ngồi hay vé nằm?
Tom	Xin lỗi, cô hỏi gì ạ?
Người bán vé	Vé-ngồi-hay-vé-nằm?
Tom	À, vé nằm. Bao nhiêu một vé vậy, cô?
Người bán vé	680.000 đồng. Vé của anh đây.
Tom	Cảm ơn cô.

매표원	일반 좌석으로 가시겠어요, 아니면 침대석으로 가시겠어요?
톰	실례지만, 뭐라고 물어보셨죠?
매표원	일–반–좌–석–아–니–면–침–대–석–이–요?
톰	아, 침대석이요. 표 한 장에 얼마인가요?
매표원	68만 동입니다. 여기 티켓이요.
톰	감사합니다.

1 의문사 nào

의문사 'nào'는 '어느', '어떤'이라는 의미입니다. 비슷한 의미인 'gì'는 독립적으로 쓸 수도 있지만, 'nào'는 명사 뒤에 위치하여 명사와 함께 씁니다.

- Anh muốn đi ngày nào? 어느 날에 가고 싶나요?
- Chị biết người nào trong lớp này? 이 수업에서 어떤 사람을 알고 있나요?

2 조사 vậy

조사 'vậy'는 문장의 마지막에 쓰여, 화자가 말하고 있는 주제에 대해 확실한 답을 물을 때 사용합니다.

- Tất cả bao nhiêu tiền vậy, cô? 모두 얼마인가요?
- Ga Sài Gòn ở đâu vậy? 사이공역이 어디인가요?

3 조사 thôi

조사 'thôi'는 '(겨우) ~일 뿐이다'라는 의미로, 첫 번째 예문과 같이 범위의 한계에 대해 말할 때 사용합니다. 또한 'thôi'는 두 번째 예문과 같이 '단지', '오직' 등의 의미를 가진 부사 'chỉ'와 자주 함께 쓰여 '단지 ~일 뿐이다'라는 의미를 나타냅니다.

- Còn 1km nữa thôi. 겨우 1km 남았어요.
- Tôi chỉ có 5ngàn đồng thôi. 저는 단지 5,000동뿐이에요.

4 **조건절 nếu A thì B 구문**

조건문 'nếu A thì B'는 '만약 A한다면 B하다'라는 뜻으로, 두 문장 사이에서 조건–결과 관계를 표현하기 위해 사용합니다. 'nếu'의 뒤에는 조건 또는 가정의 상황이 놓이며, 'thì'의 뒤에는 앞의 상황에 대한 결과가 놓입니다.

- Nếu đi bằng xe lửa thì mất khoảng 12 tiếng.   만약 기차로 가면 대략 12시간 정도 걸려요.
- Nếu có tiền thì tôi sẽ đi du lịch nước ngoài.   만약 돈이 있다면 저는 해외여행을 갈 거예요.

말하기 연습

1 **Tôi muốn mua một vé đi ……** 저는 ~(으)로 가는 표를 하나 사고 싶어요.

Tôi muốn mua một vé đi	Nha Trang.	저는 나트랑으로 가는 표를 하나 사고 싶어요.
	Hà Nội.	저는 하노이로 가는 표를 하나 사고 싶어요.
	Huế.	저는 후에로 가는 표를 하나 사고 싶어요.

2 **Đi bằng …… mất bao lâu?** ~을(를) 타고 가면 얼마나 걸려요?

Đi bằng	xe đò	mất bao lâu?	버스를 타고 가면 얼마나 걸려요?
	xe lửa		기차를 타고 가면 얼마나 걸려요?
	xe đạp		자전거를 타고 가면 얼마나 걸려요?

3 **Xe lửa ⸱⸱⸱⸱⸱⸱ lúc mấy giờ?** 기차가 몇 시에 ~하나요?

Xe lửa	khởi hành bắt đầu chạy đến Nha Trang	lúc mấy giờ?

기차가 몇 시에 출발하나요?

기차가 몇 시에 운행을 시작하나요?

기차가 몇 시에 나트랑에 도착하나요?

4 **Tôi có thể mua vé ⸱⸱⸱⸱⸱⸱ ở đâu?** 어디에서 ~표를 살 수 있나요?

Tôi có thể mua vé	xe đò xe lửa máy bay	ở đâu?

어디에서 시외버스표를 살 수 있나요?

어디에서 기차표를 살 수 있나요?

어디에서 비행기표를 살 수 있나요?

5 **Anh muốn đi ⸱⸱⸱⸱⸱⸱ nào?** 형은 어느(어떤) ~ 가고 싶어요?

Anh muốn đi	ngày chuyến xe	nào?

형은 어느 날에 가고 싶어요?

형은 어느 편을 타고 가고 싶어요?

형은 어떤 차를 타고 가고 싶어요?

> 단어 **xe đạp** 자전거 | **chạy** 운전하다, 달리다 | **xe đò / xe khách** 시외버스

연습 문제

1 승차권 매표소에서의 대화를 듣고, 질문에 대한 알맞은 답을 고르세요. 🔊 Track 09_5

1. 그는 어디로 가는 표를 사려고 하나요?

① Nha Trang　　　　　　　② Hà Nội

2. 그는 언제 가려고 하나요?

① ngày mai　　　　　　　② tối nay

3. 티켓은 한 장에 얼마인가요?

① 1.250.000 đ　　　　　　② 1.350.000 đ

4. 기차는 몇 시에 출발하나요?

① 6 giờ tối　　　　　　　② 8 giờ tối

2 떤선녓 공항 안내소에서의 대화를 듣고, 질문에 대한 알맞은 답을 고르세요. 🔊 Track 09_6

1. 그는 어디에서 어디까지의 항공편을 알고 싶나요?

① TP.HCM-Bangkok　　　　② Bangkok-TP.Hồ Chí Minh

2. 탄손누트 공항에 도착하는 첫 번째 항공편은 몇 시인가요?

① 2 giờ　　　　　　　　② 12 giờ

3. 첫 번째 항공편명은 무엇인가요?

① TG816　　　　　　　　② VN715

4. 두 번째 항공편은 몇 시에 도착하나요?

① 12 giờ　　　　　　　　② 2 giờ

3 호찌민에서 하노이로 가는 기차와 비행기 시간표입니다. 당신은 어떤 교통수단을 이용하고 싶나요? 그 이유도 함께 말해 보세요.

Phương tiện	Giá vé TP.HCM − Hà Nội		Thời gian
	Một chiều	Khứ hồi	
Xe lửa	1.643.000 đ	3.286.000 đ	33 giờ
Máy bay	3.047.000 đ	6.044.000 đ	1 giờ 45 phút

4 빈칸에 들어갈 알맞은 단어를 〈보기〉에서 골라 써 보세요.

> 보기 | mua vé / khứ hồi / bằng / điện thoại / thời gian / xe lửa / chuyến bay

Từ Thành phố Hồ Chí Minh, bạn có thể đi Đà Nẵng, Nha Trang, Huế, Hà Nội bằng xe khách, xe lửa hay máy bay. Nếu bạn không có ¹⁾ _____ thì bạn nên đi ²⁾ _____ máy bay. Giá vé máy bay đắt hơn giá vé ³⁾ _____ , vì đi bằng máy bay nhanh hơn và tiện lợi hơn. Hiện nay, mỗi ngày có nhiều ⁴⁾ _____ Tân Sơn Nhất-Nội Bài. Bạn có thể ⁵⁾ _____ của hãng Hàng không Việt Nam ở số 15B, đường Đinh Tiên Hoàng, Quận 1, Tp.Hồ Chí Minh, ⁶⁾ _____ số 38320320. Một vé máy bay ⁷⁾ _____ Tân Sơn Nhất-Nội Bài giá 4.080.000 đồng.

> **단어** tiện lợi 편리하다, 편의시설 | mỗi 각각, 모든 | hãng Hàng không 항공사 | nam 남쪽

5 빈칸에 들어갈 알맞은 단어를 〈보기〉에서 골라 써 보세요.

> 보기 | rẻ / xa / lâu / bất tiện / nhanh / nhẹ

1. Đi bằng xe khách chậm hơn đi bằng máy bay nhưng _____ hơn đi bằng xe lửa.

2. Vé xe lửa đắt hơn vé xe khách nhưng _____ hơn vé máy bay.

3. Hiện nay giao thông ở Việt Nam khá tiện lợi, không còn _____ như trước.

4. Đi bằng xe máy thì nhanh, còn đi bằng xe đạp thì _____ hơn.

> 단어 **bất tiện** 불편하다 | **chậm** 느리다 | **giao thông** 교통 | **khá** 꽤, 상당히 | **như** 마치 | **xe máy** 오토바이

6 같은 부류에 속하는 단어를 써 보세요.

1. xe đạp, máy bay, _____, _____, _____, _____

2. vé máy bay, vé xe buýt, _____, _____, _____

3. nhanh, rẻ, _____, _____, _____, _____

7 박스 안의 단어 중 알맞은 단어를 선택하여 문장을 완성해 보세요.

1. Chị đang đọc ⌐ gì / nào ⌐ đấy?

➡ _____

2. Sinh nhật cô là ngày ⌐ gì / nào ⌐ ?

➡ _____

3. Chị ấy sẽ đến đây bằng ⌐ gì / nào ⌐ ?

➡ _____

4. Anh muốn đi chuyến ⌐ gì / nào ⌐ ?

➡ _____

5. Vé ⌈ gì / nào ⌉ rẻ hơn. Vé xe lửa hay vé xe khách?

➡ _____

단어 ┃ sinh nhật 생일

8 단어를 알맞게 배열하여 문장을 완성해 보세요.

1. theo / tôi / nên / cô / đi bằng gì

➡ _____ ?

2. hôm qua / tôi / bằng / xe máy / đi học

➡ _____ .

3. ở đâu / Tân Sơn Nhất / sân bay / chị / không / biết

➡ _____ ?

4. 6 giờ rưỡi / chuyến tối / lúc / khởi hành

➡ _____ .

5. đắt / phải không / vé nằm / hơn / vé ngồi

➡ _____ ?

9 예시와 같이 'ai', 'gì', 'ở đâu', 'bao giờ' 등의 의문사를 사용하여 의문문을 만들어 보세요.

┌──┐
│ 예시 ┃ Anh ấy đi Hà Nội bằng máy bay. ➡ Anh ấy đi Hà Nội bằng gì? │
│   그는 하노이에 비행기를 타고 갑니다.   그는 하노이에 무엇을 타고 가요? │
└──┘

1. Ông ấy đi làm bằng xe đạp.   ➡ _____

2. Ga xe lửa ở đường Nguyễn Thông. ➡ _____

3. 6 giờ sáng, xe khách đến Đà Nẵng. ➡ _____

4. Anh Tom muốn mua vé khứ hồi. ➡ _____

5. Chuyến xe lửa đi Hà Nội đã khởi hành lúc 6 giờ 5 phút.

➡ _____

단어 | **ga xe lửa** 기차역

10 '**chỉ……thôi**' 구문을 사용하여 아래 문장을 다시 써 보세요.

예시 | Cô ấy hỏi đường đến khách sạn. ➡ Cô ấy <u>chỉ</u> hỏi đường đến khách sạn <u>thôi</u>.
그녀는 호텔로 가는 길을 물었어요.　　　　　그녀는 단지 호텔로 가는 길을 물어볼 뿐이에요.

1. Vé máy bay đi Bangkok giá 150 đô la Mỹ.

➡ _____

2. Phòng bán vé máy bay đó làm việc đến 4 giờ chiều.

➡ _____

3. Chuyến bay từ Paris đến TP. Hồ Chí Minh mất 12 tiếng rưỡi.

➡ _____

4. Vé máy bay khứ hồi đi Hà Nội giá 6.044.000 đồng.

➡ _____

5. Tôi đi đến trường mất 10 phút.

➡ _____

단어 | **giá** 비용, 가격 | **đô la** 달러(미국 화폐 단위) | **phòng bán vé** 매표소

11 예시와 같이 'nếu A thì B' 구문을 사용하여 아래 두 문장을 한 문장으로 만들어 보세요.

> 예시 | Tôi sẽ đi du lịch Hà Nội. / Tôi rảnh.
> 저는 하노이로 여행 갈 거예요. / 저는 한가해요.
>
> ➡ Nếu (tôi) rảnh thì tôi sẽ đi du lịch Hà Nội.
> 만약 (제가) 한가하다면 저는 하노이로 여행 갈 거예요.

1. Đi Vũng Tàu bằng xe khách. / Mất khoảng hai tiếng rưỡi.

   ➡ _____

2. Tôi ở nhà đọc sách. / Tôi có thì giờ rảnh.

   ➡ _____

3. Tôi sẽ đi du lịch Hawaii bằng tàu thủy. / Tôi là tỷ phú.

   ➡ _____

4. Cô đến ga sớm. / Xin cô chờ tôi.

   ➡ _____

단어 | **rảnh** 한가하다 | **tàu (thủy)** 배, 선박 | **tỷ phú** 억만장자

12 빈칸을 채워 자유롭게 문장을 완성해 보세요.

1. Theo cô, tôi nên đi _____?

2. Anh nên đi Huế bằng _____ vì _____.

3. Tôi sẽ đi du lịch nước ngoài nếu _____.

4. Nếu họ đi bằng _____ thì họ sẽ đến đây _____.

5. Nếu không _____ thì _____.

13 녹음을 듣고 문장을 따라 써 보세요.

🔊 Track 09_7

Nha Trang là một thành phố biển, các Thành phố Hồ Chí Minh khoảng 450km về phía bắc.

나트랑은 호찌민에서 북쪽으로 450km 정도 떨어진 해변 도시입니다.

Nha Trang là một thành phố biển, các Thành phố Hồ Chí Minh khoảng 450km về phía bắc.

Từ Thành phố Hồ Chí Minh, bạn có thể đi Nha Trang bằng máy bay, xe đò hay xe lửa.

호찌민시에서 비행기, 시외버스 또는 기차를 타고 나트랑에 갈 수 있습니다.

Từ Thành phố Hồ Chí Minh, bạn có thể đi Nha Trang bằng máy bay, xe đò hay xe lửa.

Đi bằng xe lửa thì mất khoảng 10 tiếng.   기차를 타고 가면 대략 10시간 정도 소요됩니다.

Đi bằng xe lửa thì mất khoảng 10 tiếng.

Nhiều người thích đi du lịch ở Nha Trnag vì biển Nha Trang rất đẹp.

나트랑의 바다는 매우 아름답기 때문에 많은 사람들이 나트랑으로 여행 가는 것을 좋아합니다.

Nhiều người thích đi du lịch ở Nha Trnag vì biển Nha Trang rất đẹp.

단어 **bắc** 북쪽 | **đẹp** 아름답다, 예쁘다

Gia đình chị có mấy người?

언니는 가족이 몇 명인가요?

 **새 단어**   *회화문에서 배울 새 단어를 미리 학습해 보세요.

🔊 Track 10_1

gia đình 가족, 가정	**hỏi** 묻다, 질문하다
ba / bố 아버지, 아빠	**má / mẹ** 어머니, 엄마
em trai 남동생	**giáo viên** 선생님
nội trợ 주부	**còn** 아직도, 여전히
đứa 아이, 젊은 사람을 가리키는 종별사	**năm thứ nhất** (대학생) 1학년
cùng 같이, 함께	**lớp** 교실, 학년
chồng 남편	**quen** 잘 알다, 친하다

1. 기차 안에서 가족에 대해 이야기하며 가까워지는 마이와 란

Track 10_2

Mai	Gia đình chị có mấy người?
Lan	Hả? Chị hỏi gì?
Mai	Gia đình chị có mấy người?
Lan	Gia đình tôi hả? Có 5 người: ba má tôi, tôi và hai em trai.
Mai	Ba má chị làm gì?
Lan	Ba tôi là giáo viên. Còn má tôi là nội trợ.
Mai	Hai em của chị làm gì?
Lan	Hai em tôi còn đi học. Một đứa là sinh viên năm thứ nhất, một đứa là học sinh lớp 8. Còn gia đình chị có mấy người?
Mai	Mười hai người.
Lan	Hả? Bao nhiêu?

마이 언니는 가족이 몇 명인가요?

란 네? 뭐라고 물으셨나요?

마이 언니는 가족이 몇 명인가요?

란 저희 가족이요? 5명이에요. 아버지, 어머니, 저, 그리고 남동생이 두 명 있어요.

마이 부모님은 무엇을 하시나요?

란 아버지는 선생님이에요. 그리고 어머니는 가정주부입니다.

마이 동생 두 명은 무엇을 하나요?

란 동생들은 아직 학생이에요. 한 명은 대학생 1학년이고, 한 명은 8학년 학생이에요.
그러는 당신은 가족이 몇 명인가요?

마이 12명이요.

란 네? 몇 명이요?

2. 오랜만에 만난 동창생 빈과 하이

🔊 Track 10_3

Bình	Chào anh Hải. Lâu quá không gặp anh.
Hải	Chào anh Bình. Lâu quá không gặp. Anh khỏe không?
Bình	Cảm ơn anh. Tôi bình thường. À, anh có gặp cô Lan, học cùng lớp 12 với chúng ta không?
Hải	À, có. Ngày nào tôi cũng gặp cô ấy.
Bình	Cô ấy đã có gia đình chưa?
Hải	Rồi. Cô ấy có gia đình rồi.
Bình	Vậy hả? Chồng cô ấy là ai vậy?
Hải	À······. Một người rất quen.

빈	안녕하세요, 하이 씨. 오랜만이에요.
하이	안녕하세요, 빈 씨. 오랜만이에요. 잘 지냈어요?
빈	고마워요. 저는 그저 그래요. 아, 당신은 12학년 때 우리와 같은 반이었던 란 씨를 만나나요?
하이	아, 네. 저는 그녀를 매일 만나고 있어요.
빈	그녀는 결혼했나요?
하이	네. 그녀는 결혼했어요.
빈	그래요? 그녀의 남편은 누구인가요?
하이	아······. 아주 잘 아는 사람이에요.

 **문법**

1 đã······chưa 구문

과거의문문 'đã······chưa' 구문은 '~했나요?'라는 의미로, 질문을 하는 시점보다 과거의 일이 이미 일어났는지에 대해 묻는 표현입니다. 이때 'đã'는 주로 생략하는 편입니다. 이에 대해 답할 때는 긍정의 경우 완료 표현인 'rồi(이미 ~하다)'를, 부정의 경우 미완료 표현인 'chưa(아직 ~하지 않다)'를 사용합니다.

- **A** Cô (đã) ăn cơm chưa?   식사하셨나요?
  B Rồi, tôi đã ăn cơm rồi.   네, 저는 식사했어요.

- **A** Anh ấy (đã) có gia đình chưa?   그는 결혼했나요?
  B Chưa, anh ấy chưa có gia đình.   아직이요. 그는 아직 결혼하지 않았어요.

2 nào······cũng / nào cũng 구문

'~든지 모두', '어떤 ~든 다'라는 의미의 'nào cũng'은 어떤 동일한 상황이나 조건 아래 모두 해당됨을 나타낼 때 사용하는 표현입니다. 이때 문장의 주어는 'cũng'의 앞과 뒤 모두 위치할 수 있습니다.

- Ngày nào chúng tôi cũng gặp nhau.   언제든지 매일 우리는 만나요.
- Người nào cũng dễ thương.   어떤 사람이든지 모두 귀여워요.
- Cái nào tôi cũng muốn mua.   무엇이든지 저는 다 사고 싶어요.
- Lớp tôi, người nào cũng chăm học.   우리 반은, 누구든지 열심히 공부해요.

3 부사 cùng

부사 'cùng'은 '같이', '함께'라는 의미로, 어떤 행위나 대상에 대한 유사성과 동일성을 나타냅니다.

- Họ cùng làm việc ở một công ty.   그들은 같은 회사에서 일해요.
- Lan cùng học đại học với chúng tôi.   란은 우리와 같은 대학에서 공부해요.

4 부사 còn

부사 'còn'은 '아직도', '여전히'라는 의미로, 과거의 행동이나 상태가 현재까지 완료되지 않고 지속됨을 나타냅니다.

- Anh ấy còn độc thân.   그는 여전히 독신입니다.
- Nó còn ngủ, chưa thức dậy.   그는 아직도 자고 있고, 아직 일어나지 않았어요.

> 단어 độc thân 독신이다, 미혼이다

5 1인칭 복수 인칭대명사 chúng tôi / chúng ta

1인칭 복수대명사인 '우리'를 뜻하는 표현이 베트남어에는 두 종류가 있습니다. 'chúng tôi'는 첫 번째 예문과 같이 청자를 포함하지 않는 경우에 사용하며, 'chúng ta'는 두 번째 예문과 같이 청자를 포함하는 경우에 사용합니다.

- Chúng tôi cùng học một lớp.   우리는 같은 반입니다. [청자 불포함]
- Chúng ta cùng đi ăn tối đi.   우리 같이 저녁 먹으러 가요. [청자 포함]

1 ······ **đã** ······ **chưa?** ~(은)는 ~했나요?

Anh ấy		ăn sáng		그는 아침을 먹었나요?
Các bạn	đã	đi Hà Nội	chưa?	여러분은 하노이에 갔나요?
Các anh		gặp ông ấy		형들은 그를 만났나요?

2 **Gia đình chị có mấy** ······? 언니네 가족은 ~이(가) 몇 명이에요?

	người?	언니네 가족은 몇 명이에요?
Gia đình chị có mấy	anh em?	언니네 가족은 형제가 몇 명이에요?
	anh chị em?	언니네 가족은 형제자매가 몇 명이에요?

3 ······ **chị làm gì?** 당신의 ~은(는) 무엇을 하나요?

Ba má		당신의 부모님은 무엇을 하나요?
Anh trai	**chị làm gì?**	당신의 친형(친오빠)은 무엇을 하나요?
Em gái		당신의 여동생은 무엇을 하나요?

4 **Chúng tôi cùng** ······. 우리는 함께 ~해요.

	đi du lịch ở Việt Nam.	우리는 함께 베트남으로 여행 가요.
Chúng tôi cùng	làm việc ở bưu điện.	우리는 함께 우체국에서 일해요
	học một lớp.	우리는 함께 한 교실에서 공부해요.

단어 ba má / ba mẹ / bố mẹ 부모님 | anh trai 친형, 친오빠 | em gái 여동생

1 대화를 듣고 질문에 대한 알맞은 답을 고르세요.　🔊 Track 10_5

1. 남자의 이름은 무엇입니까?

　① Năm　　　　　② Lâm

2. 그는 몇 살인가요?

　① 32 tuổi　　　　② 23 tuổi

3. 그의 아내는 몇 살인가요?

　① 28 tuổi　　　　② 38 tuổi

4. 그는 자녀가 몇 명 있나요?

　① hai con　　　　② một con

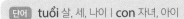

단어 **tuổi** 살, 세, 나이 | **con** 자녀, 아이

2 대화를 듣고 질문에 대한 알맞은 답을 고르세요.　🔊 Track 10_6

1. 하이 씨는 여행사에서 무슨 일을 하나요?

　① nhân viên　　　　② giám đốc

2. 하이 씨는 그곳에서 얼마 동안 일했나요?

　① ba năm　　　　② năm năm

3. 하이 씨는 자녀가 몇 명인가요?

　① một con gái　　② hai con gái

4. 저녁에 그는 보통 무엇을 하나요?

　① đi uống bia　　② đi chơi công vien

3 가계도를 참고로 빈칸을 채워 보고, 떤 씨 가족에 대해 소개해 보세요.

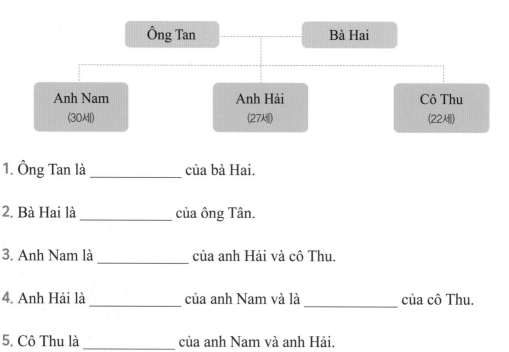

1. Ông Tan là _____ của bà Hai.

2. Bà Hai là _____ của ông Tân.

3. Anh Nam là _____ của anh Hải và cô Thu.

4. Anh Hải là _____ của anh Nam và là _____ của cô Thu.

5. Cô Thu là _____ của anh Nam và anh Hải.

4 자신의 가족 구성원을 소개해 보세요.

5 빈칸에 들어갈 알맞은 단어를 〈보기〉에서 골라 써 보세요.

> 보기 | tài xế / học sinh / giàu / thư ký / học / gia đình / độc thân / con út

Xin chào các bạn. Tôi tên là Lê Thị Thu Hà. Năm nay tôi 17 tuổi. Tôi là

1) _____ lớp 12 trường Nguyễn Thị Minh Khai. 2) _____ tôi có 6 người:

ba má tôi, hai chị gái, một anh trai và tôi. Tôi là 3) _____ trong gia đình. Ba tôi là

4) _____ ở Công ty Du lịch Sài Gòn. Mẹ tôi bán trái cây ở chợ Bến Thành. Chị

cả tôi là giáo viên. Chị thứ hai của tôi là 5) _____. Chị ấy cũng làm ở Công

ty Du lịch Sài Gòn. Chị ấy chưa có gia đình. Chị ấy còn 6) _____. Anh thứ

ba của tôi là sinh viên. Anh ấy 7) _____ ở Đại học Kinh Tế. Chúng tôi không

8) _____ nhưng sống rất hạnh phúc.

6 빈칸에 들어갈 알맞은 단어를 〈보기〉에서 골라 써 보세요.

> 보기 | buồn / giàu / vui / lớn / trẻ / bất hạnh / nhỏ tuổi / già

1. Gia đình anh ấy rất nghèo nhưng gia đình bên vợ anh ấy thì rất _____ .

2. Bố anh ấy già nhưng mẹ anh ấy thì còn khá _____ .

3. Bà ấy có nhiều tiền nhưng không có hạnh phúc. Bà ấy là một người _____ .

4. Nếu chọn người để lập gia đình, tôi thích người lớn tuổi hơn mình.

   Tôi không thích người _____ hơn mình.

7 같은 부류에 속하는 단어를 써 보세요.

1. em gái, _____, _____, _____, _____

2. chợ, _____, _____, _____, _____

3. hạnh phúc, _____, _____, _____, _____

8 인칭대명사 'chúng tôi'와 'chúng ta'를 사용하여 아래 상황에 맞게 문장을 완성해 보세요.

1. Gia đình anh ấy sống rất hạnh phúc. Anh ấy nói với bạn anh ấy:
   그의 가족은 매우 행복해요. 그는 친구에게 다음과 같이 말합니다.

   ➡ Gia đình _____ sống rất hạnh phúc.

2. Cô ấy muốn đi mua sắm cùng với chồng. Cô ấy nói với chồng:

그녀는 남편과 쇼핑을 가고 싶어요. 그녀는 남편에게 다음과 같이 말합니다.

➡ _____ cùng đi mua sắm đi.

3. Anh ấy và các anh chị em của anh ấy chưa lập gia đình. Anh ấy nói với bạn anh ấy:

그와 그의 형제들은 아직 결혼하지 않았어요. 그는 친구에게 다음과 같이 말합니다.

➡ Anh chị em _____ chưa lập gia đình.

4. Thầy giáo bị bệnh. Cô ấy nói với các bạn cùng lớp:

선생님이 병에 걸리셨어요. 그녀는 같은 반 친구들에게 다음과 같이 말합니다.

➡ _____ đến bệnh viện thăm thầy giáo đi.

5. Ngày nào anh ấy và anh trai của anh ấy cũng thức dậy sớm. Anh ấy nói với bạn anh ấy:

그와 그의 형은 언제나 일찍 일어나요. 그는 친구에게 다음과 같이 말합니다.

➡ Ngày nào _____ cũng thức dậy sớm.

> 단어 **mua sắm** 쇼핑하다 | **bệnh** 아프다, 병

9 빈칸에 들어갈 알맞은 단어를 〈보기〉에서 골라 써 보세요.

1.

> 보기 | (1) Năm nay ba tôi 65 tuổi.
> (2) Cô Lan mới lập gia đình.
> (3) Anh ấy phải làm việc rất nhiều.
> (4) Chị ấy là sinh viên.
> (5) Chị ấy làm việc ở bệnh viện Chợ Rẫy.

> 예시 | Ba tôi là giáo viên. (1) Năm nay ba tôi 65 tuổi.
> 저희 아버지는 선생님입니다. 저희 아버지는 올해 65세입니다.

① Đây là chị tôi. (   ) _____ .

② (   ) _____ Chồng cô ấy là bạn thân của tôi.

③ Chị hai tôi là y tá. (   ) _____ .

④ Gia đình anh ấy nghèo nhưng có đông anh em. (   ) _____ .

2.
보기
(1) Con trai của chị mấy tuổi rồi?

(2) Vợ anh ấy làm gì?

(3) Cô ấy đã có gia đình chưa?

(4) Anh lập gia đình bao lâu rồi?

① A (   ) _____   B Tôi lập gia đình 6 năm rồi.

저는 결혼한 지 6년 되었어요.

② A (   ) _____   B Chưa. Cô ấy chưa có gia đình.

아직이요. 그녀는 아직 결혼하지 않았어요.

③ A (   ) _____   B Năm nay nó mới 5 tuổi.

올해 그 애는 막 5살이 되었어요.

④ A (   ) _____   B Chị ấy cũng là giáo viên tiếng Anh.

그녀 또한 영어 선생님입니다.

단어 **bạn thân** 친한 친구 | **đông** (사람들로) 붐비다

10 빈칸에 'cùng' 또는 'cũng'을 사용하여 문장을 완성해 보세요.

1. Gia đình chúng tôi muốn _____ đi du lịch với chị.

2. Họ _____ ở chung một nhà.

3. Anh là con cả trong gia đình à? Tôi _____ vậy.

4. Bố tôi là y tá và mẹ tôi _____ là y tá.

5. Các anh em của tôi _____ học một trường.

단어 **chung** 공동의, 공통의 | **con cả** 맏이(가족 구성원)

11 ‘cùng’을 사용하여, 다음 두 문장을 하나로 연결해 보세요.

> 예시 | Anh Lâm làm việc ở Bệnh viện Sài Gòn. Anh Hải cũng làm việc ở Bệnh viện Sài
> Gòn.
> 럼 씨는 사이공 병원에서 일해요. 하이 씨 또한 사이공 병원에서 일해요.
>
> ➡ Anh Lâm và anh Hải <u>cùng</u> làm việc ở Bệnh viện Sài Gòn.
> 럼 씨와 하이 씨는 사이공 병원에서 함께 일해요.

1. Vợ anh Hùng 28 tuổi. Vợ anh Toàn cũng 28 tuổi.

   ➡ _____

2. Chị anh John ở Khách sạn Sài Gòn. Anh John cũng ở Khách sạn Sài Gòn.

   ➡ _____

3. Mẹ tôi bán trái cây ở chợ Bến Thành. Chị tôi cũng bán trái cây ở chợ Bến Thành.

   ➡ _____

4. Quê tôi ở Đà Nẵng. Quê chị ấy cũng ở Đà Nẵng.

   ➡ _____

5. Gia đình anh Bình đi du lịch ở Thái Lan. Gia đình chị Xuân cũng đi du lịch ở Thái Lan.

   ➡ _____

> 단어 **quê** 고향 | **Thái Lan** 태국

12 ‘đã······chưa’ 구문을 사용하여 다음 문장을 과거의문문으로 만들어 보세요.

> 예시 | Anh ấy đã có gia đình. ➡ Anh ấy <u>đã</u> có gia đình <u>chưa</u>?
> 그는 결혼했어요.　　　　　　그는 결혼했나요?

1. Cô Mai đã có con rồi.　　　　　　　➡ _____

2. Em gái anh Bình đã có người yêu rồi.　➡ _____

3. Gia đình anh ấy đã đi Huế rồi.   ➡ _____

4. Chị Hoa dã lập gia đình rồi.   ➡ _____

5. Bố tôi đã ăn cơm rồi.   ➡ _____

> 단어   **người yêu** 애인

---

13 '**nào······cũng······**' 또는 '**······nào cũng······**' 구문을 사용하여 아래 상황에 맞는 문장을 만들어 보세요.

> 예시 | Thanh đi học tiếng Pháp mỗi buổi tối. ➡ Tối <u>nào</u> Thanh <u>cũng</u> đi học tiếng Pháp.
> 매일 저녁 탄 씨는 프랑스어를 공부하러 가요.   저녁마다 탄 씨는 항상 프랑스어를 공부하러 가요.

1. Mỗi chủ nhật gia đình Mai đi công viên chơi.

  ➡ _____

2. Trong lớp tôi, tất cả các sinh viên đều học chăm chỉ.

  ➡ _____

3. Ba của tôi thường uống cà phê mỗi buổi sáng.

  ➡ _____

4. Con gái hay con trai cũng là con của mình.

  ➡ _____

5. Tất cả mọi người trong gia đình tôi đều thích đi du lịch.

  ➡ _____

> 단어   **công viên** 공원 | **chăm chỉ** 성실하다, 근면하다 | **con gái** 딸 | **con trai** 아들

14 빈칸을 채워 자유롭게 문장을 완성해 보세요.

1. Ông Hải có _____.

2. Vợ ông ấy thường _____.

3. Các em tôi còn _____.

4. Con gái cô ấy không thích _____.

15 녹음을 듣고 문장을 따라 써 보세요.   🔊 Track 10_7

Ông Lâm là kỹ sư. Ông ấy lập gia đình gần 20 năm rồi.
럼 씨는 엔지니어입니다. 그는 결혼한 지 20년이 되었어요.

Ông Lâm là kỹ sư. Ông ấy lập gia đình gần 20 năm rồi.

Vợ ông Lâm là giáo viên.   럼 씨의 아내는 선생님입니다.

Vợ ông Lâm là giáo viên.

Ông Lâm có hai con, một gái và một trai.   럼 씨는 자녀가 둘인데 딸 한 명, 아들 한 명이 있어요.

Ông Lâm có hai con, một gái và một trai.

Con gái lớn của ông Lâm năm nay 15 tuổi. Con trai của ông Lâm 10 tuổi.
럼 씨의 큰 딸은 올해 15살입니다. 럼 씨의 아들은 10살입니다.

Con gái lớn của ông Lâm năm nay 15 tuổi. Con trai của ông Lâm 10 tuổi.

Ông Lâm thường đi ngủ sớm, còn vợ ông thì thường thức khuya nghe nhạc hay xem video.
럼 씨는 주로 일찍 잠에 들며, 그의 아내는 보통 밤 늦게까지 음악을 듣거나 영상을 봅니다.

Ông Lâm thường đi ngủ sớm, còn vợ ông thì thường thức khuya nghe nhạc hay xem video.

단어 **thức khuya** 늦게까지 깨어있다, 밤을 새우다

Anh cho tôi xem thực đơn.

메뉴판 좀 보여주세요.

 학습 Point

☐ 음식을 주문하는 표현
☐ 감탄사 thôi
☐ không……gì……, gì……cũng…… 구문
☐ 조사 nhé

 새 단어   *회화문에서 배울 새 단어를 미리 학습해 보세요.

🔊 Track 11_1

thực đơn 메뉴	**dùng** 먹다, 마시다
món ăn 음식	**món ăn Tây** 양식
cả hai 둘 다, 양쪽 모두	**tôm nướng** 구운 새우
đĩa / dĩa 접시	**chả giò** 짜조, 스프링롤 튀김
xúp cua 게살수프	**khi** 언제, ~할 때
thiếu 부족하다	**món uống** 음료수
ướp lạnh 차갑다, 얼리다	**ly** 유리잔
sữa 우유	**nóng** 따뜻하다, 뜨겁다
thuốc lá 담배	**gói thuốc** 담뱃갑
lúc này 요즘, 오늘날	

1. 식당에서

🔊 Track 11_2

NPV (Người phục vụ)	Dạ, các anh dùng gì ạ?
Dũng	Anh cho tôi xem thực đơn!
NPV	Dạ, thực đơn đây ạ.
Dũng	Nè Tom, anh kêu món ăn nhé!
Tom	Ồ, không. Tôi không biết gì về món ăn Việt Nam cả. Anh kêu đi, món gì cũng được.
Dũng	Thôi, được. Anh thích món ăn Việt Nam hay món ăn Tây?
Tom	Cả hai.
Dũng	Vậy hả? Để tôi xem……, anh cho tôi một đĩa tôm nướng, một đĩa chả giò. À……, cho xúp cua trước đi!

종업원   네, 어떤 것을 드시겠어요, 손님?

융   메뉴판 좀 보여주세요!

종업원   네, 여기 메뉴판입니다.

융   이봐요, 톰 씨. 주문하세요!

톰   오, 아니에요. 저는 베트남 음식에 대해 아무것도 몰라요.

        어떤 음식이든 괜찮으니 융 씨가 주문해 주세요.

융   네, 알겠어요. 베트남 음식을 좋아하세요, 아니면 양식을 좋아하세요?

톰   둘 다 좋아해요.

융   그래요? 어디 보자…… 구운 새우구이 한 접시하고, 짜조 한 접시 주세요.

        아…… 게살수프 먼저 주세요!

NPV	Dạ. Thêm gì nữa không ạ?
Dũng	Không. Khi nào thiếu, tôi sẽ kêu thêm.
NPV	Còn món uống, hai anh uống gì?
Dũng	Anh cho tôi một chai bia 333 ướp lạnh. Anh Tom uống gì?
Tom	Tôi cũng vậy.
NPV	Dạ. Hai anh đợi một chút!

종업원	네. 더 필요하신 것이 있나요?
융	아니요. 부족하면, 제가 더 주문할게요.
종업원	두 분 음료는 어떤 것을 드릴까요?
융	저는 차가운 333맥주 한 병을 부탁해요. 톰 씨는 무엇을 마실 건가요?
톰	저도요.
종업원	네. 잠시만 기다려 주세요!

🔊 Track 11_3

NPV	Dạ, các anh uống gì ạ?
Nam	Cho một ly cà phê đen, một lý cà phê sữa nóng và một gói thuốc.
NPV	Anh hút thuốc gì ạ?
Nam	Thuốc Sài Gòn. Thuốc "ba số 5" lúc này mắc quá. À, ở đây thuốc "ba số" bao nhiêu tiền một gói?
NPV	25 ngàn đồng.
Nam	25 ngàn đồng? Mắc quá!

종업원   네, 어떤 음료를 드실 건가요?

남   블랙커피 한 잔과 따뜻한 연유 커피 한잔, 그리고 담배 한 갑 주세요.

종업원   무슨 담배를 피우시나요?

남   사이공 담배요. '바소5' 담배는 요즘 너무 비싸요.

　　아, 여기에 '바소' 담배는 한 갑에 얼마인가요?

종업원   2만 5천 동입니다.

남   2만 5천 동? 너무 비싸요!

1 không……gì…… 구문

'không……gì……'는 '무엇도(아무도) ~하지 않다'라는 의미로, 완전한 부정을 나타냅니다.

- Tôi không biết gì về ông ta.   저는 그에 대해 아무것도 알지 못해요.
- Cô ấy không nói gì về việc đó.   그녀는 그 일에 대해 아무 말도 하지 않았어요.

2 gì……cũng…… 구문

'gì……cũng……'은 '무슨 ~이든지'라는 의미로, 어떤 범위 내에 있는 것이면 무엇이든 상관없이 해당됨을 나타냅니다.

- Việc gì anh ấy cũng biết.   그는 무슨 일이든 다 알아요.
- Món gì anh ấy cũng ăn được.   무슨 음식이든 그는 다 먹을 수 있어요.

3 감탄사 thôi

감탄사 'thôi'는 '됐어', '그만' 등의 의미로, 거절이나 중단의 의사를 표현할 때 사용합니다. 혹은 마지막 예문과 같이 이전에 진행하던 대화나 상황을 마무리할 때 사용합니다.

- Thôi, tôi không ăn đâu.   됐어요, 저는 안 먹을 거예요.
- Thôi, đừng nói nữa.   그만해요, 더 이상 말하지 마세요.
- Thôi, chúng tôi đi nhé.   자, 우리 갑시다.

4 조사 nhé

조사 'nhé'는 '~합시다', '~하자'라는 의미로, 문장 끝에 쓰여 화자가 상대방의 동의나 참여를 구하는 상황을 나타냅니다.

- Anh kêu món ăn nhé! 음식을 주문해 주세요!
- Ngày mai chị đến sớm nhé! 언니 내일 일찍 오세요!

말하기 연습

1 Cho tôi ……. ~주세요.

Cho tôi	một ly cà phê đá.	아이스커피 한 잔 주세요.
	hai lon 333.	333맥주 두 캔 주세요.
	một đĩa chả giò.	짜조 한 접시 주세요.
	ba đôi đũa.	젓가락 세 짝 주세요.

2 Ở đây có …… không? 여기에는 ~이(가) 있나요?

Ở đây có	nước dừa	không?	여기에는 코코넛 주스가 있나요?
	nước cam		여기에는 오렌지 주스가 있나요?
	nước suối		여기에는 생수가 있나요?
	trà đá		여기에는 아이스티가 있나요?
	sinh tố		여기에는 스무디가 있나요?

3 ...... **bao nhiêu tiền** ......? ~은(는) ~에 얼마입니까?

Nước cam		một ly?	오렌지 주스 한 잔에 얼마입니까?
Bia 333	**bao nhiêu**	một chai?	333맥주 한 병에 얼마입니까?
Phở	**tiền**	một tô?	쌀국수 한 그릇에 얼마입니까?
Cơm gà		một đĩa?	껌가 한 접시에 얼마입니까?

4 **Anh thấy** ...... **này thế nào?** 당신이 보기에 이 ~은(는) 어떤가요?

	tiệm cơm		당신이 보기에 이 식당은 어떤가요?
	nhà hàng		당신이 보기에 이 레스토랑은 어떤가요?
Anh thấy	cửa hàng	**này thế nào?**	당신이 보기에 이 가게는 어떤가요?
	quán cà phê		당신이 보기에 이 커피숍은 어떤가요?

5 **Xin chờ** ...... ! ~ 기다려 주세요!

	một chút!	조금만 기다려 주세요!
Xin chờ	một lát!	잠시만 기다려 주세요!
	một tí!	잠깐만 기다려 주세요!

6 **Anh ơi,** ...... ! ~해 주세요!

| | cho gởi tiền! | 돈을 보내주세요! |
| **Anh ơi,** | tính tiền đi! | 계산해 주세요! |

단어 lon 캔 | đôi 짝, 쌍, 켤레(쌍을 이루는 것을 세는 단위) | đũa 젓가락 | nước 물 | nước dừa 코코넛워터 | nước cam 오렌지 주스 | nước suối 생수 | trà đá 아이스티 | sinh tố 스무디 | phở 쌀국수 | tô (오목한) 대접 | gà 닭 | cơm gà 껌가(닭고기와 밥) | cửa hàng 가게, 상점 | quán cà phê 커피숍, 카페 | tính tiền 계산하다

 **연습 문제**

대화를 듣고 질문에 답해 보세요.　🔊 Track 11_5

1. Đạt rủ Suzuki đi ăn món gì?　닷 씨는 스즈키 씨에게 무슨 음식을 대접하나요?

_____

2. Họ sẽ đi ăn ở đâu?　그들은 식사를 하러 어디로 가나요?

_____

3. Họ sẽ bắt đầu đi lúc mấy giờ?　그들은 몇 시에 출발할 예정인가요?

_____

4. Tại sao họ phải đi sớm?　왜 그들은 일찍 가야 하나요?

_____

2 **친구 사이인 찌 씨와 란 씨의 대화를 듣고 질문에 답해 보세요.**　🔊 Track 11_6

1. Có phải Lan đã nấu món xúp cua không?　란 씨는 게살수프를 요리했나요?

_____

2. Chồng Lan biết nấu ăn khi nào?　란 씨의 남편은 언제 요리하는 법을 알게 되었나요?

_____

3. Những món khách do ai nấu?　다른 음식들은 누가 요리했나요?

_____

단어　**do** ~때문에, ~의 이유로, ~에 의해서

3 메뉴판을 보고 예시와 같이 음식을 주문하는 연습을 해 보세요.

> 예시 | Cho tôi một tô phở. 쌀국수 한 그릇 주세요.

Thực đơn quán 135

Cơm	Cơm gà	35.000đ
	Cơm gà rô ti	45.000đ
	Cơm sườn	35.000đ
	Cơm thập cẩm	40.000đ
	Cơm bò xào	40.000đ
Gà	Gà rô ti	55.000đ
	Gà hấp muối	50.000đ
Bò	Bò tái chanh	70.000đ
	Bò bít tết	75.000đ

_____

_____

_____

_____

4 식당이나 커피숍의 손님과 종업원 역할을 맡아 자유롭게 대화해 보세요.

_____

_____

_____

_____

5 빈칸에 들어갈 알맞은 단어를 〈보기〉에서 골라 써 보세요.

보기	cà phê / sang / sớm / tiệm / nước ngọt / bình dân

Tiệm cà phê ở Thành phố Hồ Chí Minh thường mở cửa [1)] _____ và đóng cửa muộn. Nhiều [2)] _____ mở cửa lúc 4 giờ sáng và đóng cửa lúc 11 giờ đêm. Vào ngày thứ bảy và chủ nhật, nhiều tiệm đóng cửa muộn hơn. Ở tiệm [3)] _____, người ta thường bán cà phê, [4)] _____, nước cam, nước chanh, nước dừa, kem. Về giá cả, ở tiệm cà phê loại [5)] _____, giá từ 30.000 đến 75.000 đồng một ly cà phê đen. Ở tiệm cà phê [6)] _____, giá rẻ hơn. Ở đó, một ly cà phê đen giá 8.000 đồng, một ly cà phê sữa đá giá 15.000 đồng.

> 단어 **sang** 고급스럽다 | **nước ngọt** 탄산음료 | **bình dân** 대중적이다, 서민적이다 | **mở** 열다 | **cửa** 문 | **đóng** 닫다 | **nước chanh** 레몬주스 | **kem** 아이스크림 | **giá cả** 가격 | **loại** 유형, 종류 | **cả** 전부, 모든

6 같은 부류에 속하지 않는 단어에 동그라미로 표시해 보세요.

1. thịt bò   thịt gà   cá   thịt heo

2. thực đơn   cà phê   coca   nước chanh

3. cơm   phở   bia   bánh xèo

7 같은 부류에 속하는 단어를 〈보기〉에서 골라 써 보세요.

> 보기 | sữa / gà rô ti / bánh xèo / cà phê / bò bít tết / nước cam / nước ngọt /
> cơm thập cẩm / bia / xúp cua / phở / kem / chả giò / bánh tráng

1. Thức ăn ➡ _____

2. Thức uống ➡ _____

8 다음 빈칸에 들어갈 알맞은 단어를 〈보기〉에서 골라 써 보세요.

> 보기 | (1) Tôi kêu thêm một đĩa nữa nhé.
> (2) Anh say rồi.
> (3) Anh cho tôi xem thực đơn.
> (4) Cho hai chai bia 333.
> (5) Chúng ta đi ăn cơm đi!

> 예시 | **A** (3) Anh cho tôi xem thực đơn. 메뉴판을 보여주세요.
> **B** Dạ, thực đơn đây. 네, 여기 메뉴판이요.

1. Đến giờ ăn trưa rồi. (   ) _____

2. **A** (   ) _____

   B Dạ, xin chờ một chút.

3. Chị thích chả giò lắm à? (   ) _____

4. (   ) _____ Đừng uống nữa.

> 단어 **say** 술에 취하다

9 단어를 알맞게 배열하여 문장을 완성해 보세요.

1. nhà hàng / ngon / nào / món ăn / ở / này / cũng

➡ _____ .

2. trưa nay / ăn / không / tôi / gì / muốn

➡ _____ .

3. Việt Nam / biết / món ăn / gì / không / anh ấy / về / cả

➡ _____ .

4. ông ấy / bia / uống / gì / cũng / thích

➡ _____ .

5. quán cà phê / đến uống / anh ấy / cũng / nào / cà phê / ở Quận 1

➡ _____ .

10 'gì······cũng' 또는 'nào······cũng' 구문을 사용하여 예시와 같이 문장을 만들어 보세요.

> 예시 | Anh ấy ăn được tất cả các món ăn Việt Nam. 그는 모든 베트남 음식을 먹을 수 있어요.
> ➡ Món ăn Việt Nam <u>nào</u> anh ấy <u>cũng</u> được. 베트남 음식은 다 괜찮아요.

1. Cô Lan biết nấu tất cả các món ăn.
란 씨는 모든 음식을 요리할 수 있어요.

➡ _____

2. Mỗi sáng chủ nhật chúng tôi đều đi ăn phở.

매주 일요일 아침에 우리는 항상 쌀국수를 먹으러 가요.

➡ _____

3. Nếu có tiền, tôi sẽ mua mọi thứ.

돈이 있다면, 나는 모든 것을 살 거예요.

➡ _____

4. Anh Philippe mời tất cả mọi người trong lớp đến dự sinh nhật của mình.

필립 씨는 반 친구들 모두를 자신의 생일 파티에 초대했어요.

➡ _____

5. Vì sống một mình nên cô ấy tự làm mọi việc trong nhà.

그녀는 혼자 살기 때문에 모든 집안일을 혼자 해요.

➡ _____

녹음을 듣고 문장을 따라 써 보세요.   Track 11_7

Dũng là bạn thân của Tom.   융 씨는 톰 씨의 친한 친구예요.

Dũng là bạn thân của Tom.

Trưa nay Dũng mời Tom đi ăn cơm.   오늘 점심에 융 씨는 톰 씨에게 식사 초대를 했어요.

Trưa nay Dũng mời Tom đi ăn cơm.

Hai anh vào một nhà hàng nhỏ, đông khách.   두 남자는 작고 손님이 많은 한 식당으로 가요.

Hai anh vào một nhà hàng nhỏ, đông khách.

Dũng gọi một đĩa tôm nướng, một đĩa chả giò, hai chén xúp cua, hai chai bia 333 ướp lạnh.

융 씨는 새우구이 한 접시, 짜조 한 접시, 게살수프 두 그릇, 차가운 333맥주 두 병을 주문했어요.

Dũng gọi một đĩa tôm nướng, một đĩa chả giò, hai chén xúp cua, hai chai bia 333 ướp lạnh.

Tom thấy là món ăn ở nhà hàng này ngon và giá không đắt lắm.

톰 씨는 이 식당의 음식이 맛있고 가격도 그다지 비싸지 않다고 느껴요.

Tom thấy là món ăn ở nhà hàng này ngon và giá không đắt lắm.

Có lẽ chủ nhật tuần sau anh sẽ mời bạn của anh, một người Pháp, đến đây ăn cơm.

아마 다음 주 일요일 그는 프랑스 사람인 그의 친구를 여기로 데려올 것 같아요.

Có lẽ chủ nhật tuần sau anh sẽ mời bạn của anh, một người Pháp, đến đây ăn cơm.

단어 chén / bát 그릇, 사발

Bài 12

Quê anh ấy ở xa quá!
그의 고향은 너무 멀어요!

 **학습 Point**

□ 복습하기 – 시간, 이동수단, 가족 구성원 묻고 답하기, 음식 주문하기
□ 표현 구분하기 – ① sẽ, sắp
② nào······cũng, gì······cũng
③ bao nhiêu, bao lâu, bao giờ
④ không······đâu, không······gì

새 단어 *회화문에서 배울 새 단어를 미리 학습해 보세요.

Track 12_1

người ta 사람들	**định** ~할 예정이다
hiểu 이해하다	**sinh** 태어나다
em út 막냇동생	**sợ** 무섭다

기차표를 사러 역에 가려는 찌

🔊 Track 12_2

Chi	Chị Lan ơi, bây giờ là mấy giờ rồi?
Lan	Mười một giờ năm rồi.
Chi	Mười một giờ năm rồi à? Ở ga Sài Gòn, người ta bán vé đến mấy giờ, hả chị?
Lan	Buổi sáng người ta bán vé đến 11 giờ rưỡi. Em định mua vé đi đâu vậy?
Chi	Em mua vé đi Đà Nẵng. Em định chủ nhật tuần này đi Đà Nẵng. Hôm nay là thứ sáu, phải không chị?
Lan	Ừ, đúng rồi. Quê em ở Đà Nẵng à?
Chi	Dạ, không. Quê em ở Nha Trang.

찌	란 언니, 지금 몇 시예요?
란	11시 5분이에요.
찌	11시 5분이요? 사이공 역에서 표를 몇 시까지 판매하나요?
란	오전에는 11시 반까지 표를 판매해요. 어디 가는 표를 사려고요?
찌	다낭에 가는 표를 사려고요. 이번 주말에 다낭에 갈 계획이에요. 오늘이 금요일 맞죠?
란	네, 맞아요. 고향이 다낭인가요?
찌	아뇨. 제 고향은 나트랑입니다.

Lan	Vậy, em đi Đà Nẵng để làm gì?
Chi	Em đi du lịch. À······ không, đi thăm gia đình của một người bạn. Anh ấy muốn em cùng đi về quê với anh ấy.
Lan	À, chị hiểu rồi. Thế, gia đình anh ấy có mấy người?
Chi	10 người. Bố mẹ anh ấy sinh 8 người con, 2 trai, 6 gái. Anh ấy là con cả trong gia đình. Em út anh ấy năm nay mới 6 tuổi.
Lan	Quê anh ấy ở xa quá! Gia đình anh ấy đông quá! Em không sợ à?
Chi	Dạ, không. Tại sao phải sợ, hả chị?

란	그렇다면, 다낭에 무엇을 하려고 가나요?
찌	저는 여행을 가요. 아······ 아니, 어떤 친구의 가족에게 인사를 하러 가요. 그가 그의 고향에 같이 가기를 원하거든요.
란	아, 이해했어요. 그렇다면, 그의 가족은 몇 명인가요?
찌	10명이요. 그의 부모님은 8명의 자녀를 낳았어요. 아들 2명과 딸 6명이요. 그는 장남이에요. 막냇동생은 올해 6살이 되었답니다.
란	그의 고향이 정말 머네요! 그의 가족도 정말 많고요! 무섭지 않나요?
찌	아니요. 왜 무서워해요, 언니?

1 'sẽ'와 'sắp'의 구분

미래시제 표현 'sẽ'는 단순히 미래에 일어날 일에 대해 말할 때 사용하며, 'sắp'은 가까운 미래에 대해 말할 때 사용합니다. 구체적인 시간 표현이 있는 경우, 'sắp'은 사용하지 않습니다.

- **Tháng sau tôi sẽ về nước.** 저는 다음 달에 귀국할 거예요.

- **Cô ấy sắp lập gia đình.** 그녀는 곧 결혼할 거예요.

2 'nào……cũng'와 'gì……cũng'의 구분

'nào……cũng', '……nào cũng' 구문은 첫 번째, 두 번째 예문과 같이 같은 행동이나 대상에 대해 한 번에 그룹을 지어 통틀어 말할 때 사용합니다. 또한, 'gì……cũng' 구문은 '~이든 다'라는 뜻으로, 세 번째, 네 번째 예문과 같이 특정 대상에 대해 항상 같은 태도나 행동을 나타낼 때 사용합니다.

- **Tối nào ông ấy cũng uống rượu.**

  저녁이면 그는 항상 술을 마셔요.

- **Gia đình tôi người nào cũng biết nấu ăn.**

  우리 가족은 누구나 다 요리할 줄 알아요.

- **Cô ấy nấu món gì cũng ngon.**

  그녀의 요리는 어떤 음식이든 다 맛있어요.

- **Món gì ông ấy cũng chê dở.**

  그는 어떤 음식이든 다 불평해요.

3 의문사 'bao nhiêu', 'bao lâu', 'bao giờ'의 구분

의문사 'bao nhiêu'는 첫 번째 예문과 같이 가격이나 수량을 물을 때 사용하며, 'bao lâu'는 두 번째 예문과 같이 기간에 대해 물을 때 사용합니다. 또한, 세 번째, 네 번째 예문과 같이 특정한 시점에 대해 물을 때는 의문사 'bao giờ'를 사용합니다.

- Tất cả bao nhiêu tiền? 모두 얼마예요?

- Anh sẽ ở Việt Nam bao lâu? 그는 얼마동안 베트남에 있을 예정인가요?

- Bao giờ ông ấy về nước? 언제 그는 귀국하나요?

- Ông ấy về nước bao giờ? 그는 언제 귀국했나요?

4 'không……đâu', 'không……gì'의 구분

'không……đâu'는 첫 번째, 두 번째 예문과 같이 상대방의 말에 대해 강한 부정의 의견을 나타내거나 상대를 설득할 때 사용하는 표현입니다. 'không……gì'의 경우, 세 번째, 네 번째 예문과 같이 완전한 부정을 나타낼 때 사용합니다.

- Anh ấy không đến đâu. 그는 절대 오지 않아요.

- Không xa lắm đâu. 전혀 멀지 않아요.

- Tôi không biết gì về ông ta. 저는 그에 대해 아무것도 몰라요.

- Cô ấy không nói gì về việc đó. 그 일에 대해 아무것도 말하지 않아요.

말하기 연습

1 다음 지도를 보고 빈 씨에게 각각의 장소로 가는 길을 알려주세요.

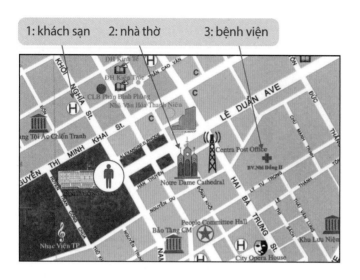

1: khách sạn   2: nhà thờ   3: bệnh viện

2 당신은 베트남의 어느 지역을 여행해 보았나요? 어떤 이동수단을 이용했고, 그 이유는 무엇인 가요?

_____

_____

_____

_____

3 자신의 가족에 대해 구체적으로 소개해 보세요.

_____

_____

_____

_____

1 호찌민 동부터미널 매표소 직원과 손님의 대화를 듣고, 질문에 대한 알맞은 답을 고르세요.

🔊 Track 12_3

1. 그는 어디에 가려고 하나요?

① Đà Nẵng   ② Nha Trang

2. 신형 버스 티켓은 하나에 얼마입니까?

① 170.000 đ   ② 220.000 đ

3. 구형 버스를 타고 가면 얼마나 걸립니까?

① 8 tiếng   ② 12 tiếng

2 대화를 듣고 질문에 대한 알맞은 답을 고르세요.

🔊 Track 12_4

1. 응옥 씨의 가족은 몇 명입니까?

① 9 người   ② 10 người

2. 응옥 씨의 막내 남동생은 올해 몇 살입니까?

① 9 tuổi   ② 10 tuổi

3. 응옥 씨의 두 오빠는 무엇을 합니까?

① tài xế   ② giáo viên

3 다음 교통수단의 이름을 베트남어로 써 보세요.

1. _____ 2. _____ 3. _____

4. _____ 5. _____ 6. _____

4 빈칸에 들어갈 알맞은 단어를 〈보기〉에서 골라 써 보세요.

보기 | độc thân / cách / tỉnh / làng / làm việc / thăm

Chào các bạn. Tôi tên là Mai Khanh. Quê tôi ở Phước Thạnh. Đó là một [1) _____

nhỏ của tỉnh An Giang là một [2) _____ lớn ở Đồng bằng sống Cửu Long,

[3) _____Thành phố Hồ Chí Minh khoảng 250 km về hướng tây nam. Tôi đã

rời An Giang khi tôi 18 tuổi. Bây giờ tôi sống và [4) _____ ở Thành phố Hồ Chí

Minh. Tôi còn [5) _____. Tôi rất nhớ ba mẹ và các em nhỏ của tôi. Tôi rất muốn

về quê [6) _____ gia đình. Quê tôi hơi buồn nhưng tôi rất thích vì nó yên tĩnh,

mát mẻ.

단어 **tỉnh** 성(행정구역) | **làng** 마을 | **hướng** 방향 | **rời** 떠나다 | **yên tĩnh** 조용하다, 평온하다 | **mát (mẻ)** 시원하다

5 같은 부류에 속하지 않는 단어에 동그라미 표시해 보세요.

1. tháng giêng   tháng hai   tháng sau   tháng ba   tháng tư   tháng trước

2. hôm qua   hôm nay   thứ sáu   ngày mai   ngày kia   sáng

3. sáng   trưa   sớm   muộn   chiều   tối

4. rẽ trái   rẽ phải   bên trái   đi thẳng   bên phải

6 밑줄 친 단어와 같은 부류에 속하는 다른 단어를 이용하여 문장을 만들어 보세요.

1. Thành phố này có rất nhiều xe máy.

   ➡ _____

2. Tuần trước cô Thu đã về quê thăm gia đình.

   ➡ _____

3. Mẹ tôi sống ở Cần Thơ.

   ➡ _____

4. Ông ấy rất thích ăn phở.

   ➡ _____

5. Cô Thu chờ anh Nam ở góc ngã tư đó.

   ➡ _____

7 빈칸에 들어갈 알맞은 단어를 〈보기〉에서 골라 써 보세요.

> 보기 | chậm / rẻ / giàu / nhẹ / sớm / rỗi / rảnh / nhiều / tiện lợi / nặng

1. Anh ấy thích lái xe nhanh, nhưng vợ anh ấy thì thích lái xe _____ .

2. Ông ấy thường về nhà rất muộn. Ít khi ông ấy về nhà _____ .

3. Gia đình của anh ấy rất nghèo, nhưng gia đình bên vợ anh ấy rất _____ .

4. Cô ấy rất bận, cô ấy chỉ được _____ ngày chủ nhật.

5. Đi bằng xe đò bất tiện lắm. Đi bằng xe lửa _____ hơn.

8 단어를 알맞게 배열하여 문장을 완성해 보세요.

1. anh / hay / mua / vé một chiều / vé khú hồi

   ➡ _____?

2. xe lửa / 8 giờ / lúc / tối / khởi hành

   ➡ _____.

3. tôi / Hà Nội / sẽ / đi / máy bay / bằng

   ➡ _____.

4. đi uống bia / thứ bảy / tối / anh Bình / thường / với / bạn

   ➡ _____.

5. anh / ngã ba / quẹo phải / cứ / thứ nhất / ở

   ➡ _____.

> 단어   **ngã ba** 삼거리 | **quẹo** 돌다, 회전하다

9 의문사 'bao nhiêu', 'bao lâu', 'bao giờ'를 사용하여, 다음 문장에 대한 질문을 만들어 보세요.

1. Đi máy bay từ Sài Gòn ra Hà Nội mất <u>1 tiếng 45 phút</u>.

   ➡ _____

2. Gia đình cô ấy có <u>12</u> người.

   ➡ _____

3. Ông ấy đã đến Việt Nam từ <u>thứ ba tuần trước</u>.

   ➡ _____

4. Ba sinh viên Hàn Quốc đó đã học ở đây <u>8 tháng</u>.

   ➡ _____

5. <u>Thứ bảy tuần sau</u> anh Tom về nước.

   ➡ _____

> 단어 **ra** 나가다, 나오다

10 'nào……cũng', '……nào cũng' 구문을 사용하여 같은 의미의 문장을 만들어 보세요.

> 예시 │ Anh ấy ăn phở <u>mỗi sáng</u>. ➡ Sáng <u>nào</u> anh ấy <u>cũng</u> ăn phở.
> 그는 매일 아침 쌀국수를 먹어요.　　아침마다 그는 쌀국수를 먹어요.

1. Anh ấy đi học muộn <u>mỗi ngày</u>.

   ➡ _____

2. <u>Mỗi sinh viên</u> trong lớp này đều biết sử dụng máy vi tính.

   ➡ _____

3. <u>Mỗi chủ nhật</u> cô ấy về quê thăm gia đình.

   ➡ _____

4. <u>Mỗi tối thứ bảy</u> ông ấy đi uống bia với bạn.

➡ _____

단어 **sử dụng** 사용하다, 고용하다

11 다음 질문에 대해 'gì······cũng' 또는 '······nào······cũng' 구문을 사용하여 답해 보세요.

1. Anh thích xem phim gì? 당신은 무슨 영화를 좋아하나요?

➡ _____

2. Ông ấy có thường về nhà muộn không? 그는 보통 집에 늦게 귀가하나요?

➡ _____

3. Tôi có thể đi Nha Trang bằng xe gì? Xe khách hay xe lửa?
저는 나트랑에 무엇을 타고 갈 수 있나요? 버스 또는 기차?

➡ _____

4. Cô ấy muốn học tiếng Anh hay tiếng Nhật? 그녀는 영어 아니면 일본어를 공부하고 싶어 하나요?

➡ _____

5. Anh có thường ăn phở buổi sáng không? 형은 아침에 보통 쌀국수 먹는 걸 좋아하나요?

➡ _____

12 다음 질문에 대해 'không······đâu' 또는 'không······gì' 구문을 사용하여 답해 보세요.

1. Đến chợ Bến Thành, đi đường này phải không ạ?
벤탄 시장에 가려면 이 길로 가는 게 맞나요?

➡ _____

2. Anh có biết gì về món ăn Huế không? 당신은 후에 지역 음식에 대해 알고 있는 게 있나요?

➡ _____

3. Cô ấy có nói gì về tôi không? 그녀가 저에 대해 뭐라고 얘기하나요?

   ➡ _____

4. Tuần sau ông ấy đến Việt Nam, phải khong? 다음 주에 그는 베트남에 오죠?

   ➡ _____

5. Trước khi lập gia đình, anh có biết gì về gia đình cô ấy không?
   결혼하기 전에 형은 그녀의 가족에 대해 아는 게 있었나요?

   ➡ _____

13 'còn'과 주어진 단어를 활용하여 다음 질문에 대한 답변을 완성해 보세요.

> 예시 | **A** Anh đã ngủ rồi à? 당신은 잠들었나요?
>
> **B** Chưa, tôi <u>còn</u> thức. 아니요. 저는 아직 깨어있어요.

1. Bà Hoa thức dậy chưa? 호아 씨는 일어났나요?

   ➡ _____ `ngủ`

2. Ông ấy có gia đình chưa? 그는 결혼했나요?

   ➡ _____ `độc thân`

3. Anh John đã về nước rồi, phải không? 존 씨는 귀국했죠?

   ➡ _____ `ở Việt Nam`

4. Gần đến bưu điện chưa, cô? 우체국에 거의 다 왔죠?

   ➡ _____ `xa`

5. Anh ấy đã gọi taxi chưa? 그가 택시를 불렀죠?

   ➡ _____ `ngồi ăn`

14 빈칸에 이어질 말을 완성해 보세요.

1. Tuần sau chúng tôi sẽ _____. 다음 주에 우리는 베트남에 갈 거예요.

2. Ông ấy sắp _____. 그는 곧 귀국해요.

3. Chị nghỉ một chút đi, để _____.
   언니는 좀 쉬어요, 제가 할게요.

4. Nếu đi bằng xe lửa thì _____.
   만약 기차를 타고 가면 버스보다 더 빨라요.

5. Nếu anh ấy không đến thì _____.
   만약 그가 오지 않는다면 저는 돌아갈 거예요.

6. Ông ấy đã _____? 그는 호이안에 여행 가 본 적이 있나요?

7. Tối thứ bảy nào _____ phải không?
   토요일 저녁마다 당신은 베트남어를 공부하러 가죠?

8. Tôi không biết gì về _____. 저는 일본어에 대해 전혀 몰라요.

9. Anh ấy mới về đến nhà đã _____.
   그는 집에 막 돌아와서 샤워하러 갔어요.

10. Ông ấy không đói nên gì cũng _____.
    그는 배가 고프지 않아서 아무것도 먹지 않아요.

단어 đói 배고프다

15 녹음을 듣고 문장을 따라 써 보세요.

Đây là Thành phố Hồ Chí Minh, một thành phố lớn của Việt Nam.

여기는 베트남의 대도시인 호찌민시입니다.

Đây là Thành phố Hồ Chí Minh, một thành phó lớn của Việt Nam.

Tôi ở khách sạn Sài Gòn, một khách sạn không lớn, không nhỏ.

저는 크지도 작지도 않은 호텔인 사이공 호텔에 있어요.

Tôi ở khách sạn Sài Gòn, một khách sạn không lớn, không nhỏ.

Trên đường có nhiều xe đạp, xe máy.   길에는 자전거, 오토바이 등이 많이 있어요.

Trên đường có nhiều xe đạp, xe máy.

Tôi có nhiều bạn Việt Nam. Họ biết nói tiếng Anh.

저는 베트남 친구가 많이 있어요. 그들은 영어를 할 줄 알아요.

Tôi có nhiều bạn Việt Nam. Họ biết nói tiếng Anh.

Tôi thích món ăn Việt Nam.   저는 베트남 음식을 좋아해요.

Tôi thích món ăn Việt Nam.

Tuần sau tôi sẽ đi Hà Nội. Nếu có thời gian thì tôi sẽ đi thăm Hạ Long.

다음 주에 저는 하노이에 갈 것입니다. 만약 시간이 있으면 저는 하롱에 방문할 거예요.

Tuần sau tôi sẽ đi Hà Nội. Nếu có thời gian thì tôi sẽ đi thăm Hạ Long.

답안 및 듣기 스크립트

Bài 1

1

1. ② Kim   2. ① Nam

> **듣기 스크립트**
>
> Kim   Chào ông. Tôi tên là Kim. Xin lỗi, ông tên là gì?
>
> Nam   Tôi tên là Nam. Rất vui được gặp bà.
>
> Kim   Rất vui được gặp ông.

2 모범답안

A Chào ¹⁾anh. ²⁾Anh có khỏe không ạ?
안녕하세요. 요즘 어떻게 지내나요?

B Cảm ơn ³⁾chị. Tôi ⁴⁾khỏe. Còn ⁵⁾chị?
고마워요. 저는 잘 지내요. 당신은요?

A Cảm ơn ⁶⁾anh. Tôi cũng ⁷⁾khỏe.
고마워요. 저도 잘 지내요.

B Chào ⁸⁾chị. Hẹn gặp lại.
안녕히 계세요. 다음에 봐요.

A Chào ⁹⁾anh. Hẹn gặp lại.
안녕히 계세요. 다음에 봐요.

3

1. khỏe   2. khỏe

3. gì   4. tên – tên là gì

4

1. (1)   2. (4)   3. (2)

5

1) Chị / Cô   2) anh

3) anh   4) chị / cô

5) chị / cô   6) anh

6

1. Tôi tên là Peter.   제 이름은 피터입니다.

2. Bà có khỏe không?   잘 지내시나요?

3. Anh John cũng khỏe.   존 씨도 잘 지내요.

4. Tôi không khỏe.   저는 잘 못 지내요.

5. Rất vui được gặp ông.   만나서 반갑습니다.

7

1. Cô Mai có khỏe không?   마이 씨는 잘 지내나요?

2. Ông Năm có khỏe không?   남 씨는 잘 지내나요?

3. Chị Thúy có khỏe không?   투이 씨는 잘 지내나요?

8 모범답안

1. Tôi tên Mai.   제 이름은 마이입니다.

2. Tôi khỏe. / Tôi không khỏe.   저는 잘 지내요. / 저는 잘 못 지내요.

Bài 2

1

1. ① Người Nhật   2. ① Mỹ

> **듣기 스크립트**
>
> Mike   Chào anh Nam. Chào chị.
>
> Nam   Chào Mike. Đây là cô Mariko, bạn tôi.
>
> Mike   Chào chị. Xin lỗi, chị là người nước nào?
>
> Mariko   Tôi là người Nhật. Anh Mike là người nước nào?
>
> Mike   Tôi là người Mỹ.

2

1. ② Úc   2. ② Hàn Quốc

> **듣기 스크립트**
>
> Kim   Chào anh. Xin lỗi, anh là người Anh, phải không?
>
> John   Dạ, không phải. Tôi không phải là người Anh.
>   Tôi là người Úc. Còn cô, có là người nước nào?
>
> Kim   Tôi là người Hàn Quốc.
>
> John   Rất vui được gặp cô.
>
> Kim   Rất vui được gặp anh.

3 모범답안

1. Người Hàn Quốc 한국 사람, Người Mỹ 미국 사람,
   Người Nhật 일본 사람, Người Pháp 프랑스 사람

2. Em 동생, Cô 여선생님, Ông 할아버지, Bà 할머니

3. Anh ấy 그 형, Chị ấy 그 언니, Em ấy 그 동생, Cô ấy 그 여선생님

4 모범답안

A Chào chị. Xin lỗi, chị tên là gì?
안녕하세요. 실례지만 이름이 무엇인가요?

B Tôi tên là Anna. Còn anh?
제 이름은 안나입니다. 그러는 당신은요?

A Tôi tên là Nam.
저는 남입니다.

B Anh là người nước nào?
당신은 어느 나라 사람입니까?

A Tôi là người Việt Nam. Còn chị là người nước nào?
저는 베트남 사람입니다. 당신은 어느 나라 사람입니까?

B Tôi là người Hàn Quốc.
저는 한국 사람입니다.

5

1) tên   2) Francis

3) nước nào   4) Mỹ

5) chị tên / cô tên   6) là Lì

7) Chị / Cô – nước nào 8) người Trung Quốc

9) anh tên là gì   10) tên là Young Nam

11) Anh – người – nào   12) là người Hàn Quốc

13) chị là / cô là   14) người Việt

15) Chị / Cô – là gì   16) tên là Lan

6

1) tên   2) người Việt

3) người   4) không phải

7

1. Anh Nam không phải là người Hàn Quốc. **Anh ấy** là người Việt.
남 형은 한국 사람이 아니에요. 그 형은 베트남 사람입니다.

2. Bà Park không phải là người Nhật. **Bà ấy** là người Hàn Quốc.
박 씨는 일본 사람이 아니에요. 그 할머니는 한국 사람입니다.

3. Tom và John không phải là người Anh. **Các anh ấy** là người Mỹ.
톰과 존은 영국 사람이 아니에요. 그 형들은 미국 사람입니다.

4. Chị Judy không phải là người Pháp. **Chị ấy** là người ÚC.
주디 언니는 프랑스 사람이 아니에요. 그 언니는 호주 사람입니다.

8

1. Cô ấy tên là Chi, phải không?
그녀(여선생님)의 이름은 찌입니까?

2. Các anh ấy khoẻ, phải không?
그 형(오빠)들은 잘 지냅니까?

3. Đây là anh Thomas, phải không?
이분은 토마스 씨입니까?

4. Các Cô ấy là người ÚC, phải không?
그녀(여선생님)들은 호주 사람들입니까?

5. Bà Mai là người Trung Quốc.
마이 씨는 중국 사람입니까?

9

1. người   2. là người   3. là người Mỹ.

4. phải là người Hàn Quốc.

5. không phải là người Trung Quốc.

10

1. ① (5)   ② (4)   ③ (1)   ④ (3)

2. ① (3)   ② (5)   ③ (4)   ④ (1)   ⑤ (2)

11

1. Anh là người Đức, phải không?
형은 독일 사람입니까?

2. Xin lỗi, bà là người nước nào?
실례지만, 할머니는 어느 나라 사람입니까?

3. Anh tên là gì?
형의 이름은 무엇입니까?

4. Tôi là người Hàn Quốc.
저는 한국 사람입니다.

5. Bà ấy không phải là người Nhật.
그녀는 일본 사람이 아닙니다.

12

1. Chị Yoko không phải là người Mỹ.
요코 씨는 미국 사람이 아닙니다.

2. Anh Peter không phải là người Pháp.
피터 씨는 프랑스 사람이 아닙니다.

3. Tên tôi không phải là John.
제 이름은 존이 아닙니다.

4. Tên bà ấy không phải là Loan.
그녀의 이름은 로안이 아닙니다.

13

1. Đây là bà Li, người Trung Quốc, còn đây là cô Yoshiko, người Nhật.
이분은 중국인, 리 씨입니다. 그리고 이분은 일본인, 요시코 씨입니다.

2. Đây là anh John, người Mỹ, còn kia là anh Kim, người Hàn Quốc.

이분은 미국인, 존 씨입니다. 그리고 저분은 한국인, 김 씨입니다.

3. Tôi là người Hàn Quốc, còn chị là người nước nào?

저는 한국 사람입니다. 그러는 당신은 어느 나라 사람입니까?

4. Cô Mai khỏe, còn cô Hanako không khỏe.

마이 씨는 잘 지내요. 그리고 하나코 씨는 잘 못 지내요.

Bài 3

1

1. ② thư ký

2. ① Công ty Du lịch Sài Gòn

3. ① Lan

> **듣기 스크립트**
>
> | | |
> |---|---|
> | Lan | Chào chị Thủy. Chị đi đâu đấy? |
> | Thủy | Chào chị. Tôi đi làm. |
> | Lan | Chị làm việc ở đâu? |
> | Thủy | Tôi làm thư ký ở Công ty Du lịch Sài Gòn. Còn chị, chị đi đâu đấy? |
> | Lan | À, tôi đi chợ. |
> | Thủy | Dạo này chị làm gì, chị Lan? |
> | Lan | Dạo này tôi ở nhà, làm nội trợ. |

2

이름	국적	직업
Mai	4	A
Yoko	2	E
Yoon	1	D
Peter	3	C
Tom	3	B

> **듣기 스크립트**
>
> Xin chào các bạn. Tôi tên là Mai. Tôi là người Việt. Tôi là sinh viên. Còn đây là chị Yoko. Chị ấy là người Nhật. Chị ấy là thư ký. Đây là anh Yoon. Anh ấy là người Hàn Quốc. Anh ấy là giáo viên. Còn đây là anh Peter và anh Tom, người Anh. Anh Peter là bác sĩ, còn anh Tom là kỹ sư.

3

1. ① Paul Brown   ② người Úc

     ③ kỹ sư   ④ công ty DHL

2. ① là cô Tanaka

     ② là người nước – là người Nhật

     ③ làm nghề – Cô ấy là sinh viên

     ④ Cô ấy học – Cô ấy học ở Osaka

4 모범답안

A Chào anh. Rất vui được gặp anh. Xin lỗi, anh tên là gì?

안녕하세요. 만나서 반갑습니다. 실례지만 이름이 무엇입니까?

B Rất vui được gặp. Tôi tên là Vịnh. Còn cô?

만나서 반가워요. 제 이름은 빈입니다. 그러는 당신은요?

A Tôi tên là Anna. Anh là người nước nào?

제 이름은 안나입니다. 당신은 어느 나라 사람입니까?

B Tôi là người Việt. Còn cô là người Hàn Quốc phải không?

저는 베트남 사람입니다. 그러는 당신은 한국 사람입니까?

A Dạ, tôi là người Hàn Quốc. Tôi làm giáo viên. Còn anh làm nghề gì?

네, 저는 한국 사람입니다. 저는 선생님입니다. 그러는 당신은 무슨 일을 하나요?

B Tôi làm kỹ sư. Tôi làm việc ở công ty ABC. Còn cô làm việc ở đâu?

저는 엔지니어입니다. 저는 ABC 회사에서 일해요. 그러는 당신은 어디에서 일하나요?

A Dạ, tôi làm việc ở trung tâm Siwon School.

저는 시원스쿨에서 일합니다.

5

1. Cô ấy là giáo viên. 그녀는 교사입니다.

2. Anh ấy là tài xế. 그는 운전기사입니다.

3. Cô ấy là bác sĩ. 그녀는 의사입니다.

4. Anh ấy là ca sĩ. 그는 가수입니다.

5. Anh ấy là thợ điện. 그는 전기공입니다.

6. Anh ấy là thợ chụp hình. 그는 사진작가입니다.

6

Xin chào các bạn. Tôi tên ¹⁾là Thanh Hương. Tôi là ²⁾người Việt. Tôi là ³⁾ca sĩ. Bây giờ tôi sống và ⁴⁾làm việc ở Thành phố Hồ Chí Minh.

안녕하세요, 여러분. 제 이름은 탄 흐엉입니다. 저는 베트남 사람입니다. 저는 가수입니다. 현재 저는 호찌민시에서 살고 일하고 있습니다.

7

1. Bà làm nghề gì? 당신은 무슨 일을 합니까?

2. Anh Philip là sinh viên. 필립 씨는 대학생입니다.

3. Thu Thủy làm ở Công ty Du lịch Sài Gòn.
   투 투이 씨는 사이공 여행사에서 일합니다.

4. Tôi tên là Larry. 제 이름은 래리입니다.

5. Cô ấy không phải là người Hàn Quốc.
   그녀는 한국 사람이 아닙니다.

8

1. Ông Nam là kỹ sư phải không?
   남 씨는 엔지니어입니까?

2. Dạo này anh làm gì?
   요즘 당신은 무엇을 하나요?

3. Thu Thủy là nhân viên Công ty Du lịch Sài Gòn.
   투 투이는 사이공 여행사의 직원입니다.

4. Ông J. Baker là người Anh.
   베이커 씨는 영국인입니다.

9 모범 답안

1. Cô Thu Thủy là ca sĩ. 투 투이 씨는 가수입니다.

2. Ông J. Baker là bác sĩ. 베이커 씨는 의사입니다.

3. Anh Lâm không phải là nhân viên. 럼 씨는 회사원이 아닙니다.

4. Bà là giám đốc, phải không? 할머니는 사장입니다. 맞지요?

5. Cô là thư ký, phải không? 그녀는 비서입니다. 맞지요?

10 모범 답안

1. Tôi đang học tiếng Việt. 저는 베트남어를 공부하고 있습니다.

2. Cô ấy đang đợi thầy Thanh. 그녀는 탄 선생님을 기다리고 있어요.

3. Tôi đi làm. 저는 일하러 가요.

4. Tôi đang ăn cơm. 저는 밥을 먹고 있어요.

11 모범 답안

1. Tôi sống ở Hàn Quốc. 저는 한국에 살아요.

2. Tôi học tiếng Việt ở trung tâm ABC.
   저는 ABC 학원에서 베트남어를 공부해요.

3. Tôi làm nhân viên. 저는 회사원입니다.

4. Tôi làm việc ở công ty ABC. 저는 ABC 회사에서 일합니다.

12

1. ① (5)   ② (2)   ③ (3)   ④ (1)

2. ① (1)   ② (5)   ③ (2)   ④ (4)   ⑤ (3)

Bài 4

1

1. ① Nhật   2. ② bác sĩ

3. ② Bệnh viện Chợ Rẫy   4. ① Quận 1

듣기 스크립트

Bình	Xin giới thiệu với anh: đây là cô Yoko, người Nhật. Còn đây là anh Lâm.
Lâm	Rất vui được gặp cô.
Yoko	Rất vui được gặp anh.
Lâm	Xin lỗi. Cô là sinh viên, phải không?
Yoko	Dạ, không phải. Tôi là bác sĩ. Tôi làm việc ở Bệnh viện Chợ Rẫy.
Lâm	Tôi cũng là bác sĩ. Tôi làm việc ở Bệnh viện Sài Gòn. Bây giờ cô sống ở đâu?
Yoko	Tôi ở số 20, đường Lê Thánh Tôn, Quận 1.

2

1. ① tiếng Anh, tiếng Trung Quốc và tiếng Nhật

2. ② bốn năm   3. ① một năm

듣기 스크립트

Xin chào các bạn. Tôi tên là Thúy. Tôi là người Việt. Tôi nói được tiếng Anh, tiếng Trung Quốc và một ít tiếng Nhật. Tôi đã học tiếng Anh bốn năm, học tiếng Trung Quốc hai năm và học tiếng Nhật một năm.

3 모범 답안

1. Ông Hải làm giám đốc công ty. 하이 씨는 사장입니다.

2. Ông ấy làm việc ở công ty xây dựng An Lạc.
   그는 안락 건설회사에서 일합니다.

3. Địa chỉ công ty của ông Hải là số 52, đường Nguyễn Thị Diệu, phường 6, quận 3, Tp. Hồ Chí Minh.
   하이 씨의 회사 주소는 호찌민시 3군 6동 응웬 티 지에우 길 52번지입니다.

4. Điện thoại công ty của ông Hải số 84 28 37 761 038.
   하이 씨의 회사 전화번호는 84 28 37 761 038입니다.

4 모범 답안

Tôi tên là Anna. Tôi là người Hàn. Tôi nói được tiếng Anh và một ít tiếng Việt. Tôi làm việc ở công ty Siwon. Bây giờ tôi sống ở số 199, đường Trường Chinh, phường 15, Quận Tân Bình, Thành phố Hồ Chí Minh. Còn bạn?

제 이름은 안나입니다. 저는 한국 사람입니다. 저는 영어를 할 수 있고 베트남어를 조금 할 수 있습니다. 저는 시원 회사에서 일합니다. 현재 저는 호찌민시 떤빈군 15동 쯔엉 찐길 199번지에 살고 있습니다. 당신은 어떤가요?

5 모범답안

Anh ấy tên là Thompson. Anh Thompson là người Mỹ. Anh ấy là nhân viên. Anh ấy làm việc ở ngân hàng. Anh ấy sống ở thành phố New York. Còn anh Thompson nói được tiếng Việt.

그의 이름은 톰슨입니다. 톰슨 씨는 미국 사람입니다. 그는 직장인입니다. 그는 은행에서 일합니다. 그는 뉴욕에 삽니다. 그리고 톰슨 씨는 베트남어를 할 수 있습니다.

6

Park là ¹⁾người Hàn Quốc. Cô ấy đến Việt Nam để ²⁾học tiếng Việt. Cô ấy đang sống ở quận Tân Bình. Hôm qua, cô ấy gặp anh Nam. Anh Nam ³⁾làm việc ở Bưu điện Thành phố. Nhà anh ấy ở ⁴⁾số 50, đường Nguyễn Thị Diệu, Quận 3, ⁵⁾Thành phố Hồ Chí Minh.

박 씨는 한국 사람입니다. 그녀는 베트남어를 공부하기 위해 베트남에 왔습니다. 그녀는 현재 떤빈군에 살고 있습니다. 어제 그녀는 남 씨를 만났습니다. 남 씨는 중앙 우체국에서 일합니다. 그의 집은 호찌민시 3군 응우옌 티 지에우길 50번지에 있습니다.

7 모범답안

1. bưu điện 우체국, bệnh viện 병원, công ty 회사, nhà hàng 식당

2. Hàn Quốc 한국, Mỹ 미국, Hà Nội 하노이, Quận 1 1군

3. nhà thờ 교회, bệnh viện 병원, học 공부하러, làm 일하러

4. tiếng Việt 베트남어, tiếng Nhật 일본어, tiếng Hàn 한국어, tiếng Pháp 프랑스어

8

1. nước Nhật 일본, người Trung Quốc 중국인

2. giám đốc 사장님, thư ký 비서

3. kỹ sư 엔지니어, giáo viên 선생님

9

1. 10	2. 20
3. 45	4. 305
5. 250	6. 1.500
7. 2.450	8. 5.008

10

1. Có ấy nói được tiếng Hàn Quốc. / Có ấy nói tiếng Hàn Quốc được.
   그녀는 한국어를 할 수 있어요.

2. Chị đến Việt Nam để du lịch hay làm việc?
   당신은 베트남에 일하러 왔어요, 아니면 여행하기 위해 왔어요?

3. Bà nói tiếng Anh được không?
   당신은 영어를 할 수 있나요?

4. Tôi làm việc ở ngân hàng.
   저는 은행에서 일해요.

5. Bây giờ bà sống ở đâu?
   지금 당신은 어디에 사나요?

11 모범답안

1. Nhà tôi số 199, đường Trường Chinh.
   저희 집은 쯔엉 찐길 199번지입니다.

2. Điện thoại của tôi số 093 410 3961.
   제 전화번호는 093 410 3961입니다.

3. Lớp tôi có 20 học viên.
   우리 반은 20명의 학생이 있습니다.

12

1. ① (5) Tôi học tiếng Việt ở một trung tâm ngoại ngữ ở Quận 1.
   저는 1군의 한 외국어 학원에서 베트남어를 배웠어요.

   ② (1) Tôi đã học tiếng Anh bốn năm.
   저는 영어를 4년 공부했어요.

   ③ (4) Cô Lan làm việc ở ngân hàng.
   란 씨는 은행에서 일해요.

   ④ (3) Anh ấy nói được một ít tiếng Nhật.
   그는 일본어를 조금 할 수 있어요.

2. ① (2) Công ty chị ở Quận 3, phải không?
   당신의 회사는 3군에 있죠?

   ② (5) Anh nói tiếng Pháp được không?
   그는 프랑스어를 할 수 있나요?

   ③ (1) Ông đến Việt Nam để du lịch hay làm việc?
   당신은 베트남에 여행하러 왔나요, 아니면 일하러 왔나요?

   ④ (3) Cô ấy đã đi du lịch ở đâu?
   그녀는 어디로 여행을 갔나요?

   ⑤ (4) Bà Liên sống ở đâu?
   리엔 씨는 어디에 사나요?

13

1. Anh Nam nói tiếng Anh được không?
   남 씨는 영어를 할 수 있나요?

2. Anh Tom nói tiếng Trung Quốc được không?
   톰 씨는 중국어를 할 수 있나요?

3. Cô Lan lái xe hơi được không?
   란 씨는 운전을 할 수 있나요?

4. Cô Loan nấu ăn được không?

로안 씨는 요리를 할 수 있나요?

5. Bà Mai viết tiếng Nhật được không?

마이 씨는 일본어를 쓸 수 있나요?

14 모범 답안

1. Anh David đã học tiếng Việt.

데이빗 씨는 베트남어를 공부했어요.

2. Bà Hai đã sống ở Mỹ.

하이 씨는 미국에 살았어요.

3. Cô Lan và cô Mai đã đi du lịch Hà Nội.

란 씨와 마이 씨는 하노이로 여행 갔어요.

4. Anh Nam đã gặp cô Loan.

남 씨는 로안 씨를 만났어요.

5. Anh Thomas đã làm việc ở nhà sách.

토마스 씨는 서점에서 일했어요.

15 모범 답안

1. Tôi là người Hàn Quốc. 저는 한국 사람입니다.

2. Tôi làm việc ở nhà hàng. 저는 식당에서 일해요.

3. Địa chỉ của tôi số 199. 제 주소는 199번지입니다.

4. Tôi nói được tiếng Việt và tiếng Anh.

저는 베트남어와 영어를 할 수 있어요.

5. Tôi không viết tiếng Pháp được. 저는 프랑스어를 쓸 수 없어요.

Bài 5

1

1.

9시

2.

7시 30분

3.

6시 45분

4.

11시 30분

5.

10시 15분

6.

4시

듣기 스크립트

1. Ông Năm thường thức dậy lúc năm giờ sáng.

2. Mai thường đi làm lúc bảy giờ rưỡi sáng.

3. Anh Bình thường ăn sáng lúc bảy giờ kém mười lăm.

4. Cô Mai thường ăn trưa lúc mười một giờ rưỡi.

5. Ông Hải thường đi ngủ lúc mười giờ mười lăm tối.

6. Anh John thường về đến nhà lúc 4 giờ chiều.

2

1. ① 12 giờ   2. ② 12 giờ 45

3. ① 7 giờ rưỡi   4. ② đi Hồng Kông

듣기 스크립트

Đến sân bay Tân Sơn Nhất lúc 12 giờ trưa. Đến Khách sạn Rex lúc 12 giờ 45. Ăn cơm và nghỉ đến 1 giờ 40. 2 giờ chiều làm việc với Công ty Pacific. Sau đó, 3 giờ 15 đến thăm và làm việc với công ty Sài Gòn. 7 giờ rưỡi đi ăn tối với giám đốc Công ty Pacific. Ngày mai, đi Hồng Kông.

3

Ông Hải là ¹⁾bác sĩ. Ông ấy làm việc ở một ²⁾bệnh viện lớn của thành phố. Ông ấy thường ³⁾đi làm lúc 6 giờ 45 phút và đến bệnh viện lúc 7 giờ. Buổi sáng, ông ấy làm việc từ 7 giờ đến 11 giờ rưỡi. Buổi trưa, ông ⁴⁾ăn trưa ở căn tin của bệnh viện. ⁵⁾Buổi chiều ông ấy làm việc từ 1 giờ đến 4 giờ rưỡi. Buổi tối, ông làm việc tại nhà đến 8 giờ. Ông ấy rất bận.

하이 씨는 의사입니다. 그는 도심의 대형 병원에서 일합니다. 그는 보통 6시 45분에 출근해서 7시에 병원에 도착합니다. 오전에 그는 7시부터 11시 30분까지 일합니다. 점심에는 병원의 구내식당에서 점심을 먹습니다. 오후에 그는 1시부터 4시 30분까지 일합니다. 밤에는 8시까지 집에서 일합니다. 그는 매우 바쁩니다.

4

1. ăn sáng 아침을 먹다, đi chơi 놀러가다

2. buổi tối 저녁, buổi sáng 아침

3. ăn tối 저녁을 먹다, mấy giờ 몇 시

1. buổi sáng 아침, buổi chiều 오후, buổi tối 저녁, ban đêm 밤

2. đi làm 출근하다, đọc sách 독서하다, đi ngủ 잠을 자다, thức dậy 일어나다

3. hôm qua 어제, ngày mai 내일, hôm nay 오늘, tối nay 오늘 밤

6

1. Máy bay đến sân bay Tân Sơn Nhất lúc 12 giờ <u>trưa</u>.
비행기는 정오 12시에 떤선녓 공항에 도착합니다.

2. Chị ấy thường về nhà lúc 5 giờ <u>chiều</u>.
그녀는 보통 오후 5시에 집에 옵니다.

3. Tôi thường đi ngủ lúc 11 giờ <u>đêm</u>.
저는 보통 밤 11시에 잠을 자요.

4. Thanh thức dậy lúc 6 giờ sáng.
탄 씨는 오전 6시에 일어납니다.

5. Bây giờ là 7 giờ tối. 지금은 저녁 7시입니다.

7

1. Chị thường đi học lúc mấy giờ?
당신은 보통 공부하러 몇 시에 가나요?

2. Cô Mai thức dậy lúc 6 giờ sáng.
마이 씨는 아침 6시에 일어납니다.

3. Ông ấy rất bận. 그는 매우 바빠요.

4. Anh ấy đến trường lúc 7 giờ sáng.
그는 보통 아침 7시에 학교에 도착합니다.

5. Cô học buổi sáng hay buổi chiều?
당신은 아침에 공부하나요, 아니면 오후에 하나요?

8

1. ① (3) Còn buổi chiều tôi bắt đầu học lúc 1 giờ.
그리고 오후 1시에 다시 공부를 시작합니다.

② (5) Tôi phải đi về nhà.
저는 집에 가야 합니다.

③ (4) Buổi sáng, cô ấy thường thức dậy lúc 5 giờ.
아침에 그녀는 보통 5시에 일어나요.

④ (2) Sau đó ông ấy ăn sáng.
이후에 그는 아침밥을 먹습니다.

2. ① (1) Cô thường ăn trưa lúc mấy giờ?
당신은 보통 몇 시에 점심을 드세요?

② (5) 10 giờ sáng nay ông David và ông Kim đi đâu?
오늘 아침 10시에 데이비드와 김 씨는 어디에 갔나요?

③ (2) Mấy giờ xe lửa khởi hành?
기차는 몇 시에 출발하나요?

④ (3) Bây giờ là mấy giờ? 지금 몇 시죠?

⑤ (4) Anh học tiếng Việt từ mấy giờ?
당신은 몇 시부터 베트남어를 공부하나요?

9

1. Trưa nay chúng tôi ăn cơm rất muộn.
오늘 점심에 우리는 밥을 정말 늦게 먹었어요.

2. Cô ấy nấu ăn rất giỏi. 그녀는 요리를 정말 잘해요.

3. Hôm nay anh Bình rất vui. 빈 씨는 오늘 정말 즐겁습니다.

4. Anh ấy thức dậy rất sớm. 그는 정말 일찍 일어나요.

5. Tiếng Việt rất khó. 베트남어는 정말 어려워요.

10

1. Vì anh ấy đi uống bia.
왜냐하면 그는 맥주 마시러 나갔기 때문이에요.

2. Vì anh ấy thường đi ngủ sớm.
왜냐하면 그는 일찍 자기 때문이에요.

3. Vì anh ấy không thích ăn sáng.
왜냐하면 그는 아침 먹는 것을 좋아하지 않기 때문이에요.

4. Vì anh ấy mệt. 왜냐하면 그는 피곤하기 때문이에요.

1. Lớp tôi có 20 học viên.
우리 반에는 20명의 학생이 있습니다.

2. Tôi học tiếng Việt 3 buổi một tuần.
Tôi học vào buổi sáng.
저는 일주일에 세 번 베트남어를 공부합니다.
저는 오전에 공부해요.

3. Tôi học tiếng Việt 10 tiết một tuần.
저는 베트남어 수업을 일주일에 10회 듣습니다.

4. Tôi xem TV 2 tiếng một ngày.
저는 하루에 2시간 TV를 봅니다.

1. Tôi thường thức dậy lúc 7 giờ sáng.
저는 보통 아침 7시에 일어납니다.

2. Buổi tối tôi thường đọc sách và uống bia.
저녁에 저는 보통 책을 읽고 맥주를 마십니다.

3. Tôi thường ăn trưa ở nhà hàng gần công ty.
저는 보통 회사 근처 식당에서 점심을 먹습니다.

4. Tôi thường đến lớp lúc 11 giờ 30.
저는 보통 11시 30분에 교실에 도착합니다.

Bài 6

1

1) 1
2) 38295517
3) 201B
4) 38554137
5) 2
6) 38395818

A. Ngân hàng Á Châu
442 Nguyễn Thị Minh Khai
Quận 3, TP. Hồ Chí Minh
ĐT: 38334085

B. Khách sạn Majestic
1 Đồng Khởi
Quận 1, TP. Hồ Chí Minh
ĐT: 38295517

C. Bệnh viện Chợ Rẫy
201B Nguyễn Chí Thanh
Quận 5, TP. Hồ Chí Minh
ĐT: 38554137

D. Công ty Điện thoại
2 Hùng Vương
Quận 10, TP. Hồ Chí Minh
ĐT: 38395818

2

1. ① kỹ sư
2. ② Bưu điện Thành phố
3. ① Nha Trang, Hà Nội, Huế
4. ② đọc báo và uống cà phê
5. ① 5 giờ

Anh Dũng là kỹ sư. Anh ấy làm việc ở Bưu điện Thành phố. Anh ấy biết tiếng Anh và tiếng Pháp. Anh ấy rất thích đi du lịch. Anh thường đi Nha Trang, Huế, Hà Nội……. Buổi sáng, anh thức dậy lúc 6 giờ. Anh thường đọc báo và uống cà phê đến 7 giờ 30. Sau đó anh đến công ty làm việc. Buổi trưa, anh ấy không về nhà. Buổi chiều, anh ấy làm việc từ 1 giờ đến 4 giờ rưỡi. Anh ấy về đến nhà lúc 5 giờ. Buổi tối, anh ấy đọc sách, xem ti vi. Anh ấy không thích uống bia.

3

1. Cô ấy là giáo viên. 그녀는 선생님입니다.
2. Cô ấy là ca sĩ. 그녀는 가수입니다.
3. Chị ấy là sinh viên. 그녀는 대학생입니다.
4. Chị ấy là nội trợ. 그녀는 주부입니다.
5. Anh ấy là thợ chụp hình. 그는 사진작가입니다.
6. Chị ấy là bác sĩ. 그녀는 의사입니다.

4

1. buổi tối 저녁, trưa nay 오늘 점심
2. bây giờ 지금, mấy giờ 몇 시
3. đi học 등교, muộn 늦다
4. người nước nào 어느 나라 사람, thư ký 비서

5 모범답안

1. ngân hàng 은행, bưu điện 우체국, quán cà phê 커피숍
2. giáo viên 선생님, nhân viên 직원, giám đốc 사장님
3. buổi sáng 아침, buổi chiều 오후, ban đêm 밤
4. đọc sách 책을 읽다, xem tivi 텔레비전 보다, đi chơi 놀러가다
5. tiếng Hàn 한국어, tiếng Pháp 프랑스어, tiếng Nga 러시아어
6. gì 무엇, nào 어느, đâu 어디

6

1. 150
2. 3500
3. 9805
4. 1999

7

Ông Lâm là [1]giám đốc của một [2]công ty lớn ở thành phố. Ông ấy thường [3]thức dậy lúc 5 giờ 45 phút. Sau đó, ông ăn sáng và [4]đọc báo. Ông đến công ty lúc 7 giờ kém 15. Buổi sáng, ông ấy [5]làm việc từ 7 giờ đến 11 giờ rưỡi. Buổi trưa, ông về nhà ăn cơm và ngủ trưa khoảng 30 phút. Buổi chiều, ông ấy làm việc từ 1 giờ đến 5 giờ. Buổi tối, ông thường đi [6]ăn tối với các khách hàng hay nhân viên của công ty. Ông thường về đến nhà rất [7]muộn.

럼 씨는 도시에 위치한 대기업 사장님입니다. 그는 보통 5시 45분에 일어납니다. 그 후에, 그는 아침을 먹고 신문을 읽습니다. 그는 6시 45분에 회사에 도착합니다. 아침에, 그는 7시부터 11시 반까지 일합니다. 점심시간에 그는 집에 와서 식사를 하고 30분 정도 낮잠을 잡니다. 오후에 그는 1시부터 5시까지 일합니다. 저녁에 그는 보통 회사의 직원이나 손님들과 저녁을 먹습니다. 그는 보통 집에 매우 늦게 귀가합니다.

8

1. Tôi chờ ông John lâu quá.
저는 존 씨를 정말 오래 기다렸어요.
2. Chúng tôi thường về đến nhà rất muộn.
우리는 보통 매우 늦게 귀가해요.
3. Các anh ấy rất muốn gặp ông.
그 형들은 당신을 매우 만나고 싶어 해요.
4. Ba tôi rất thích đọc báo buổi sáng.
제 아버지는 아침 신문을 읽는 걸 매우 좋아하세요.

5. Xin lỗi, tôi ngồi đây được không? Tôi mệt quá.
실례지만, 제가 여기 앉아도 될까요? 저는 너무 피곤해요.

9

1. (1) Tôi ngồi ở đây, được không?
제가 여기에 앉아도 되나요?

2. (4) Hôm qua anh thức dậy lúc mấy giờ?
어제 당신은 몇 시에 일어났어요?

3. (2) Cô ấy nói tiếng Pháp được không?
그녀는 프랑스어를 할 수 있나요?

4. (3) Anh ấy thường đi ngủ sớm, phải không?
그는 보통 일찍 자러 가죠?

10

1. Cô là người Mỹ, phải không?
당신은 미국 사람이 맞죠?

2. Chúng tôi đi học lúc 7 giờ rưỡi.
우리는 7시 반에 등교합니다.

3. Cô ấy làm nghề gì?
그녀의 직업은 무엇입니까?

4. Anh ấy đi đâu đấy? 당신은 어디 가세요?

11

1. Bà Lệ làm việc ở đâu?
레 씨는 어디에서 일하나요?

2. Chiều nay chị Mai và chị Lan đi đâu?
오늘 오후 마이 씨와 란 씨는 어디에 가나요?

3. Công ty của họ ở đâu? 그들의 회사는 어디에 있나요?

4. Anh ấy muốn đi đâu? 그는 어디에 가고 싶어 하나요?

12

1. Tại sao hôm qua anh ấy khong đi học?
왜 어제 그는 등교하지 않았나요?

2. Lớp chị có bao nhiêu sinh viên?
당신의 반에는 몇 명의 학생이 있나요?

3. Cô Thủy học tiếng Anh ở đâu?
투이 씨는 어디에서 영어를 공부하나요?

4. Buổi tối chị thường đọc sách hay xem ti vi?
저녁에 보통 당신은 책을 읽나요, 아니면 TV를 보나요?

5. Thủy đang đọc gì đấy? 투이는 무엇을 읽고 있나요?

6. Hôm qua các anh đã học gì?
어제 여러분은 무엇을 공부했나요?

13

1. Cô Mai đến trường để học tiếng Anh.
마이 씨는 영어를 공부하러 학교에 옵니다.

2. Cô đang sống ở đâu? 당신은 어디에 사나요?

3. Anh tên là Nam phải không?
당신(형)의 이름은 남이 맞나요?

4. Anh nói tiếng Anh được không?
당신은 영어를 할 수 있나요?

5. Yoko là người nước nào?
요코 씨는 어느 나라 사람인가요?

14 모범답안

1. Sáng chủ nhật anh ấy thường uống cà phê và đọc sách.
일요일 아침에 그는 보통 커피를 마시며 책을 읽어요.

2. Chị ấy không phải là người Mỹ.
그녀는 미국인이 아닙니다.

3. Tại sao anh không đi làm?
왜 당신은 일하러 가지 않나요?

4. Anh có bao nhiêu nhân viên?
당신은 몇 명의 직원이 있나요?

5. Chị học tiếng Việt mấy giờ?
당신은 베트남어를 몇 시에 공부하나요?

6. Chị là người Hàn, phải không?
당신은 한국 사람이 맞습니까?

7. Sáng hôm qua, anh ăn sáng ở đâu?
어제 아침, 당신은 어디에서 아침을 먹었나요?

8. Cô ấy không đi học à?
그녀는 공부하러 가지 않나요?

Bài 7

1

1. ① tháng 7 năm sau   2. ① hai tháng
3. ② tuần sau

듣기 스크립트

Tuấn	Bây giờ anh phải đi, nhưng năm sau anh sẽ về.
Chi	Tháng mấy anh về?
Tuấn	Tháng 7. Tháng 7 năm sau anh sẽ về.
Chi	Tháng 7 năm sau? Lâu quá! Bây giờ là tháng 8!
Tuấn	Năm sau về nước, anh sẽ ở lâu.
Chi	Bao lâu? Một tháng, ba tháng, sáu tháng hay một năm?
Tuấn	Hai tháng……. À, bạn anh sắp về. Anh sẽ gửi thư và quà cho em.
Chi	Bao giờ bạn anh về?
Tuấn	Tuần sau.

2

Nam Xin lỗi ông, ông cho tôi nhận lương. ¹⁾hôm nay là ngày 30 rồi.
실례합니다. 사장님. 제 월급을 주세요. 오늘은 30일이에요.

Ông chủ ²⁾Ngày 30 rồi à? Nhanh quá. Tôi nhớ là đã trả lương cho anh rồi.
30일이요? 너무 빠르네요. 제가 기억하기로는 월급을 이미 주었는데 말이죠.

Nam Dạ, không phải. Đó là lương của ³⁾tháng trước.
네, 아니에요. 그것은 지난 달 월급이었어요.

Ông chủ Nhưng bây giờ muộn quá rồi. Bốn giờ rưỡi rồi. Tôi phải về. Thứ hai ⁴⁾tuần sau, được không?
하지만 지금은 너무 늦어버렸어요. 4시 반이에요. 저는 가 봐야 해요. 다음 주 월요일 괜찮나요?

Nam Dạ, được. Nhưng thứ hai tuần sau ông sẽ ở đây từ mấy giờ ⁵⁾đến mấy giờ?
네, 괜찮아요. 그런데 다음 주 월요일에 사장님은 몇 시부터 몇 시까지 여기에 계실 건가요?

Ông chủ ⁶⁾Buổi sáng. Từ 8 giờ đến 10 giờ 30.
오전이에요. 8시부터 10시 30분까지요.

Nam Thưa ông, lúc đó tôi bận. Tôi phải đi 7) sân bay.
사장님, 그때 저는 바빠요. 저는 공항에 가야 해요.

Ông chủ Vậy hả?! 그래요?!

3 모범답안

Mai đã đi Cần Thơ từ thứ hai tuần trước. Cô ấy về vào thứ sáu tuần này.
마이 씨는 지난주 월요일부터 껀터에 갔습니다. 그녀는 이번 주 금요일에 돌아옵니다.

4 모범답안

Lan học địa lý 2 buổi một tuần, vào chiều thứ ba và chiều thứ năm.
란 씨는 일주일에 두 번 지리를 공부하는데, 화요일 오후와 목요일 오후입니다.

5 모범답안

A Tháng này có mấy ngày thứ ba?
이번 달은 화요일이 며칠 있습니까?

B Tháng này có 4 ngày thứ ba.
이번 달은 화요일이 4일 있습니다.

A Ngày 23 là thứ mấy? 23일은 무슨 요일입니까?

B Ngày 23 là thứ bảy. 23일은 토요일입니다.

6

Chủ nhật ¹⁾tuần trước tôi và bạn tôi đi Vũng Tàu. Chúng tôi đến Vũng Tàu ²⁾lúc 8 giờ sáng. Tôi và bạn tôi ³⁾ăn sáng. Sau đó chúng tôi đi bơi. Chúng tôi ⁴⁾bơi đến 12 giờ trưa. Chúng tôi ⁵⁾ăn trưa và nghỉ trưa đến 2 giờ chiều. Sau đó bạn tôi đi bơi, còn tôi đi tham quan thành phố Vũng Tàu. Bốn giờ chiều, chúng tôi bắt đầu ⁶⁾về. Chúng tôi về đến Thành phố Hồ Chí Minh lúc 7 giờ tối. Chúng tôi hơi mệt nhưng rất vui.

지난주 일요일 저와 제 친구는 붕따우에 갔어요. 우리는 붕따우에 아침 8시에 도착했어요. 저와 제 친구는 아침을 먹었어요. 그 후에 우리는 수영을 했어요. 우리는 낮 12시까지 수영을 했어요. 우리는 점심을 먹고 2시까지 쉬었어요. 그 다음, 제 친구는 수영을 하러 가고 저는 붕따우 도시를 관광했어요. 오후 4시, 우리는 돌아오기 시작했어요. 우리는 저녁 7시에 호찌민에 도착했어요. 우리는 조금 피곤했지만 매우 즐거웠어요.

7

1. Hôm nay cô ấy không vui. Anh có biết tại sao cô ấy <u>buồn</u> không?
오늘 그녀는 기분이 좋지 않아요. 형은 왜 그녀가 슬픈지 알고 있나요?

2. Anh ấy thường đi học muộn, nhưng hôm nay anh ấy đi học <u>sớm</u>.
그는 보통 학교에 지각하지만 오늘은 그가 일찍 등교했어요.

3. Sáng nay ông ấy rất bận. Ông ấy không <u>rỗi</u> để gặp anh.
오늘 아침 그는 매우 바빠요. 그는 형을 만날만큼 한가하지 않아요.

4. Anh ấy có ít tiền. Anh ấy phải làm việc để có <u>nhiều</u> tiền.
그는 돈이 조금만 있어요. 그는 돈을 많이 벌기 위해 일을 해야 해요.

8

1. chủ nhật tuần trước 지난주 일요일

2. tháng giêng năm nay 올해 1월

3. tháng sau 다음 달

4. chiều thứ bảy tuần sau 다음 주 토요일 오후

5. năm sau 내년

6. hôm qua 어제

9

1. Tôi sắp đi Hà Nội. 저는 하노이에 갈 거예요.

2. Năm sau bạn tôi sẽ đến đây.
   내년에 제 친구가 여기에 올 거예요.

3. Tôi làm việc từ thứ hai đến thứ bảy.
   저는 월요일부터 토요일까지 일해요.

4. Anh ấy học từ sáng đến chiều.
   그 형은 아침부터 오후까지 공부해요.

5. Bạn tôi sắp đến Việt Nam.
   제 친구가 곧 베트남에 올 거예요.

10

1. Tháng sau bạn tôi sẽ đến Việt Nam.
   다음 달 제 친구는 베트남에 올 거예요.

2. Sắp đến giờ học rồi. 곧 수업시간이에요.

3. Ngày mai tôi sẽ thức dậy sớm.
   내일 저는 일찍 일어날 거예요.

4. Ông bà Thompson sắp về nước rồi, anh có đến chào tạm biệt họ không?
   톰슨 부부가 곧 귀국할 예정이니, 형은 그들에게 인사를 하러 갈 건가요?

5. Cô giáo sắp đến rồi. 선생님이 곧 오실 거예요.

6. Năm sau anh ấy sẽ đến Việt Nam học tiếng Việt trong 3 tháng.
   내년에 그는 베트남에 3개월 동안 베트남어를 공부하러 올 거예요.

11

1. Anh sống ở khách sạn đó bao lâu?
   형은 그 호텔에 얼마나 머무르나요?

2. Anh ấy học tiếng Việt mấy buổi một tuần?
   그는 베트남어를 일주일에 몇 번 공부하나요?

3. Anh sẽ ở Hà Nội bao lâu?
   형은 하노이에 얼마나 머무르나요?

4. Mẹ anh đi thăm bạn ở Hà Nội bao giờ?
   형의 어머니는 친구를 보러 하노이에 언제 방문했나요?

5. Bao giờ cô Hà và cô Lan bắt đầu làm việc ở Biên Hòa?
   하 씨와 란 씨는 비엔 호아에서 언제 일을 시작하나요?

6. Các bạn đã học ở trường này từ bao giờ?
   여러분은 언제부터 이 학교에서 공부했나요?

12 모범답안

1. Anh ấy sắp về nước, phải không?
   그가 곧 귀국하는 거 맞죠?

2. Chị sẽ ở Đà Lạt bao lâu?
   언니는 달랏에 얼마 동안 머무를 것인가요?

3. Ông ấy đến sân bây bao giờ?
   그는 언제 공항에 도착했나요?

4. Bao giờ anh đi gặp cô Hà?
   형은 언제 하 씨를 만나러 가나요?

5. Anh sẽ học tiếng Việt từ bao giờ?
   형은 언제부터 베트남어를 공부할 건가요?

13 모범답안

1. Tôi bắt đầu học tiếng Việt từ năm trước.
   저는 베트남어를 작년부터 공부했어요.

2. Tôi đã học tiếng Việt 6 tháng rồi.
   저는 베트남어를 6개월 공부했어요.

3. Tôi học tiếng Việt 3 buổi một tuần; thứ hai, thứ tư và thứ sáu.
   저는 베트남어를 일주일에 3번 공부합니다. 월요일, 수요일, 금요일이에요.

4. Tháng 7 tôi sẽ đi du lịch ở Đà Nẵng.
   7월에 저는 다낭으로 여행을 갈 거예요.

Bài 8

1

1. ② ngân hàng   2. ② rẽ phải

3. ① được

듣기 스크립트

Lan	Ông ơi, ông làm ơn cho hỏi, ngân hàng ở đâu ạ?
Nđđ	Hả? Cô hỏi gì?
Lan	Dạ, ngân hàng ở đâu ạ?
Nđđ	Nhà hàng hả? Ở gần đây có nhiều nhà hàng lắm.
Lan	Dạ không phải. Ngân hàng. Ngân hàng.
Nđđ	À, à, ngân hàng. Cô đi thẳng, đến ngã tư thứ hai, rẽ phải.
Lan	Có xa lắm không, ông?

Nđđ	Hà, cái gì? Xe hả? Cô đi bộ được, không cần xe. Gần lắm.
Lan	Dạ, dạ. Cảm ơn ông nhiều.

2

1. ② ngã tư thứ ba   2. ① rẽ trái

3. ② bên phải

Nam	Chị làm ơn cho tôi hỏi.
Nđđ	Dạ, anh muốn hỏi gì?
Nam	Bưu điện ở đâu ạ?
Nđđ	Bưu điện à? Gần đây lắm. Anh đi thẳng, đến ngã tư thứ ba thì rẽ trái. Bưu điện ở bên phải, gần nhà thờ.
Nam	Dạ, cảm ơn chị nhiều.
Nđđ	Không có gì.

3 모범답안

A Anh đi thẳng đường Nguyễn Thị Minh Khai. Đến ngã tư đầu tiên thì rẽ trái. Ở bên phải có bưu điện.

당신은 응웬티민카이 길로 직진하세요. 첫 번째 사거리에 도착하면 좌회전하세요. 오른쪽에 우체국이 있어요.

B Chị đi thẳng đường Nam Kỳ khởi Nghĩa. Đến ngã ba thì rẽ trái. Sau đó rẻ phải ở ngã từ thì đến nhà thờ.

당신은 남끼 커이 응이아 거리로 직진하세요. 삼거리에서 좌회전하세요. 그 후에 사거리에서 우회전하면 성당에 도착합니다.

4

Từ trường ¹⁾đến khách sạn tôi đang ở không ²⁾xa lắm. Khách sạn đó ở gần ngã tư Hai ba Trưng–Lê Thánh Tôn. Đối diện với khách sạn là trạm xe buýt. Ở bên phải khách sạn là một ³⁾tiệm ăn nhỏ. Buổi sáng tôi thường đến đó để ăn sáng. Còn ở ⁴⁾bên trái khách sạn là một nhà hàng lớn. Tôi chưa vào nhà hàng này vì bạn tôi nói là nhà hàng đó đắt lắm.

학교에서 제가 현재 머무르는 호텔까지 그다지 멀지 않아요. 그 호텔은 하이바쯩–레탄똔 사거리 근처에 있어요. 호텔 건너편에는 버스정류장이 있어요. 호텔의 오른쪽에는 한 작은 식당이 있어요. 아침에 저는 그곳에 아침을 먹으러 자주 가요. 그리고 호텔의 왼쪽에는 큰 레스토랑이 하나 있습니다. 제 친구가 그 레스토랑이 아주 비싸다고 말했기 때문에 저는 그 레스토랑에 아직 가 보지 않았어요.

5

1. Từ trường đến nhà anh gần hay xa?

학교에서 형네 집까지는 가까운가요, 아니면 먼가요?

2. Nhà hàng đó ở phía trước hay phía sau của khách sạn?

그 식당은 호텔의 앞쪽에 있나요, 뒤쪽에 있나요?

3. Ở bên phải khách sạn là nhà hát, còn ở bên trái khách sạn là bưu điện.

호텔의 오른쪽에는 극장이 있고, 호텔 왼쪽에는 우체국이 있습니다.

4. Túi xách này không nặng đâu. Nó nhẹ lắm.

이 가방은 전혀 무겁지 않아요. 그것은 아주 가벼워요.

6

1. Tôi mới gặp anh ấy hôm qua.

어제 저는 그를 막 만났어요.

2. Bà ấy mới về nước hôm thứ năm.

그녀는 목요일에 막 귀국했어요.

3. Sáng nay tôi mới đi ngân hàng.

오늘 아침 저는 막 은행에 갔어요.

4. Anh Bình mới kêu xích lô về nhà.

빈 씨는 집에 가려고 방금 인력거를 불렀어요.

5. Cô ấy mới đến Hà Nội thứ ba tuần này.

이번 주 화요일에 그녀는 막 하노이에 도착했어요.

7

1. Không lạc đường đâu. 전혀 길을 잃지 않았어요.

2. Không gần đâu. 전혀 가깝지 않아요.

3. Không phải (đường này) đâu. (이 길이) 절대 아니에요.

4. Không có (tiệm sửa xe) đâu. (정비소는) 절대 없어요.

5. Không có (bệnh viện) đâu. (병원은) 절대 없어요.

8

1. Các bạn đến nhà mình chơi đi!

모두들 우리 집에 놀러 와!

2. Chúng ta đi uống cà phê đi! 우리 커피 마시러 가요!

3. Chị gọi taxi đi! 언니 택시를 불러요!

4. Chúng ta đến đó ăn tối đi!

우리 거기에 저녁 먹으러 가요!

9

1. Đường này có nhiều nhà hàng ngon lắm.

이 길에는 아주 맛있는 식당이 많이 있어요.

2. Từ nhà tôi đến trường xa lắm.

우리 집에서 학교까지 아주 멀어요.

3. Ở bên phải khách sạn có một bệnh viện lớn lắm.

호텔의 오른쪽에는 아주 큰 병원 하나가 있어요.

4. Bà ấy nói là từ đây đến đó không xa lắm.

그녀가 말하기로는 여기에서 거기까지 아주 멀진 않아요.

10

1. Xin lỗi, nhà vệ sinh ở đâu ạ?
   실례지만 화장실이 어디에 있습니까?

2. Ông có muốn gọi tắc xi không ạ?
   당신은 택시를 부르고 싶습니까?

3. Đến ngân hàng, phải đi thẳng đường này, phải không ạ?
   은행에 도착하려면 이 길로 직진해야 합니까?

4. Dạ, không phải. Ngân hàng đó không ở gần nhà sách đâu ạ.
   네, 아닙니다. 그 은행은 서점과 전혀 가까이 있지 않습니다.

5. Từ đây đến tiệm sửa xe đó có xa không ạ?
   여기에서 그 정비소까지 멉니까?

11

1. Gọi tắc xi rồi hả? 택시를 이미 불렀다고요?

2. Ở góc đường này hả? 이 길모퉁이에요?

3. Chị ấy không biết hả? 그녀는 모른다고요?

4. Khoảng 100 mét hả? 약 100미터요?

Bài 9

1

1. ② Hà Nội
2. ① ngày mai
3. ① 1.250.000 đ
4. ② 8 giờ tối

듣기 스크립트

Khách	Cô ơi, bán cho tôi một vé.
NBV	Anh muốn mua vé đi đâu?
Khách	Dạ, đi Hà Nội.
NBV	Anh đi ngày nào?
Khách	Ngày mai. Còn chuyến tối không, cô?
NBV	Còn. Nhưng chỉ còn vé nằm thôi.
Khách	Bao nhiêu một vé vậy, cô?
NBV	1.250.000 đ.
Khách	1.250.000 đ à? Chà, hơi mắc. Mất bao lâu, cô?
NBV	33 tiếng. 8 giờ tối tàu khởi hành. Anh nhớ đến sớm.

2

1. ② Bangkok–TP.Hồ Chí Minh
2. ② 12 giờ
3. ① TG816
4. ② 2 giờ

듣기 스크립트

Khách	Xin lỗi, cô cho tôi hỏi thăm: Mấy giờ chuyến bay Bangkok – TP. Hồ Chí Minh đến vậy, cô?
Hướng dẫn viên	Hôm nay có 2 chuyến bay Bangkok – TP. Hồ Chí Minh. Chuyến bay thứ nhất số TG 816, đến lúc 12 giờ trưa và chuyến bay thứ hai số VN 715, đến lúc 2 giờ chiều.
Khách	Dạ, cảm ơn cô. Không biết bạn tôi sẽ đến bằng chuyến bay nào?

---

3 모범 답안

- Tôi muốn đi bằng máy bay vì nó nhanh.
  (비행기가) 빠르기 때문에 저는 비행기를 타고 가고 싶어요.

- Tôi muốn đi bằng xe lửa vì nó rẻ hơn máy bay.
  비행기보다 저렴하기 때문에 저는 기차를 타고 가고 싶어요.

4

Từ Thành phố Hồ Chí Minh, bạn có thể đi Đà Nẵng, Nha Trang, Huế, Hà Nội bằng xe khách, xe lửa hay máy bay. Nếu bạn không có ¹⁾thời gian thì bạn nên đi ²⁾bằng máy bay. Giá vé máy bay đắt hơn giá vé ³⁾xe lửa, vì đi bằng máy bay nhanh hơn và tiện lợi hơn. Hiện nay, mỗi ngày có nhiều ⁴⁾chuyến bay Tân Sơn Nhất–Nội Bài. Bạn có thể ⁵⁾mua vé của hãng Hàng không Việt Nam ở số 15B, đường Đinh Tiên Hoàng, Quận 1, Tp.Hồ Chí Minh, ⁶⁾điện thoại số 38320320. Một vé máy bay ⁷⁾khứ hồi Tân Sơn Nhất–Nội Bài giá 4.080.000 đồng.

호찌민시에서 당신은 다낭, 나트랑, 후에, 하노이까지 버스, 기차 또는 비행기를 타고 갈 수 있어요. 만약 당신이 시간이 없다면 비행기를 타는 것이 좋아요. 비행기표는 기차보다 더 비싸요. 왜냐하면 비행기를 타고 가면 더 빠르고 더 편하기 때문이에요. 현재 매일 탄손누트–노이바이 항공편이 많이 운행되고 있어요. 당신은 호찌민시 1군 딘 띠엔 황 15B번지에 있는 베트남 항공사의 표를 전화번호 38320320번으로 구매할 수 있어요. 탄손누트–노이바이를 회상하는 왕복표는 4.080.000동입니다.

5

1. Đi bằng xe khách chậm hơn đi bằng máy bay nhưng nhanh hơn đi bằng xe lửa.
   버스로 가는 것은 비행기로 가는 것보다는 느리지만 기차로 가는 것보다 빨라요.

2. Vé xe lửa đắt hơn vé xe khách nhưng <u>rẻ</u> hơn vé máy bay.
기차표는 버스표보다 비싸지만 항공권보다는 저렴해요.

3. Hiện nay giao thông ở Việt Nam khá tiện lợi, không còn <u>bất tiện</u> như trước.
현재 베트남의 교통은 더 이상 예전만큼 불편하지 않고 꽤 편리해요.

4. Đi bằng xe máy thì nhanh, còn đi bằng xe đạp thì <u>lâu</u> hơn.
오토바이를 타고 가면 빠르고, 자전거를 타고 가면 더 오래 걸려요.

6

1. xe lửa 기차, xe máy 비행기, xe đò 시외버스, xe khách 고속버스

2. vé xe lửa 기차표, vé một chiều 편도표, vé khứ hồi 왕복표

3. đắt 비싸다, tiện lợi 편리하다, bất tiện 불편하다, chậm 느리다

7

1. Chị đang đọc **gì** đấy? 언니는 무엇을 읽고 있나요?

2. Sinh nhật cô là ngày **nào**?
선생님의 생일은 어느 날(언제)입니까?

3. Chị ấy sẽ đến đây bằng **gì**?
그녀는 여기에 무엇을 타고 오나요?

4. Anh muốn đi chuyến **gì**?
형은 어떤 교통편을 이용해서 가고 싶나요?

5. Vé **nào** rẻ hơn. Vé xe lửa hay vé xe khách?
어떤 표가 더 저렴한가요. 기차 아니면 버스?

8

1. Theo cô, tôi nên đi bằng gì?
선생님 생각에는, 제가 무엇을 타고 가면 좋을까요?

2. Hôm qua tôi đi học bằng xe máy.
어제 저는 오토바이를 타고 학교에 갔어요.

3. Chị biết sân bay Tân Sơn Nhất ở đâu không?
언니는 탄손누트 공항이 어디인지 아세요?

4. Chuyến tối khởi hành lúc 6 giờ rưỡi.
저녁 항공편은 6시 반에 출발합니다.

5. Vé nằm đắt hơn vé ngồi, phải không?
침대칸은 좌석칸보다 비싸죠?

9

1. Ông ấy đi làm bằng <u>gì</u>?
그는 무엇을 타고 일하러 가요?

2. Ga xe lửa <u>ở đâu</u>? 기차역이 어디에 있어요?

3. <u>Mấy</u> giờ xe khách đến Đà Nẵng?
몇 시에 버스가 다낭에 도착해요?

4. Anh Tom muốn mua vé <u>gì</u>?
톰 씨는 무슨 티켓을 사려고 하나요?

5. Chuyến xe lửa đi Hà Nội đã khởi hành <u>bao giờ</u>?
하노이로 가는 기차가 언제 출발했나요?

10

1. Vé máy bay đi Bangkok giá chỉ 150 đô la Mỹ thôi.
방콕으로 가는 항공권은 겨우 150달러예요.

2. Phòng bán vé máy bay đó chỉ làm việc đến 4 giờ chiều thôi.
그 항공권 매표소는 겨우 4시까지만 열어요.

3. Chuyến bay từ Paris đến TP. Hồ Chí Minh chỉ mất 12 tiếng rưỡi thôi.
파리에서 호찌민까지 비행기로 겨우 12시간 반밖에 안 걸려요.

4. Vé máy bay khứ hồi đi Hà Nội giá chỉ 6.044.000 đồng thôi.
하노이행 왕복표는 겨우 6.044.00동입니다.

5. Tôi đi đến trường chỉ mất 10 phút thôi.
저는 학교까지 가는 데 겨우 10분밖에 안 걸려요.

11

1. Nếu đi Vũng Tàu bằng xe khách thì mất khoảng hai tiếng rưỡi.
만약 버스를 타고 붕따우에 가면 두 시간 반 정도 걸려요.

2. Nếu (tôi) có giờ rảnh thì tôi ở nhà đọc sách.
만약 (제가) 여가시간이 있다면 저는 집에서 책을 읽어요.

3. Nếu (tôi) là tỷ phú thì tôi sẽ đi du lịch Hawaii.
만약 (제가) 부자라면 저는 하와이로 여행을 갈 거예요.

4. Nếu (cô) đến ga sớm thì xin cô chờ tôi.
만약 역에 일찍 도착하면 저를 기다려 주세요.

12 모범답안

1. Theo cô, tôi nên đi <u>bàng gì</u>?
선생님 생각에 저는 무엇을 타고 가야 해요?

2. Anh nên đi Huế bằng <u>máy bay</u> vì nó <u>nhanh</u>.
비행기는 빠르기 때문에 형은 후에에 비행기를 타고 가야 해요.

3. Tôi sẽ đi du lịch nước ngoài nếu (tôi) <u>rảnh</u>.
만약 한가하다면 저는 해외여행을 갈 거예요.

4. Nếu (họ) đi bằng <u>xe máy</u> thì họ sẽ đến đây <u>sớm hơn</u>.
만약 오토바이를 타면 그들은 여기에 더 일찍 도착할 거예요.

5. Nếu không <u>có thời gian</u> thì tôi không đi gặp anh ấy.
만약 시간이 없으면 저는 그를 만나러 가지 않을 거예요.

Bài 10

1

1. ② Lâm
2. ① 32 tuổi
3. ① 28 tuổi
4. ① hai con

CS	Anh ngồi xuống đi.
PN	Dạ.
CS	Anh hút thuốc không?
PN	Dạ. Cảm ơn anh.
CS	Bây giờ anh hãy trả lời những câu hỏi của tôi.
PN	Dạ.
CS	Anh tên là gì?
PN	Lâm. Lê Văn Lâm.
CS	Bao nhiêu tuổi?
PN	Dạ, 32 tuổi.
CS	Anh có gia đình chưa?
PN	Dạ, rồi
CS	Vợ anh tên gì?
PN	Dạ, vợ tôi tên Thảo.
CS	Họ gì?
PN	Họ Lê. Lê Thị Thu Thảo.
CS	Bao nhiêu tuổi?
PN	Dạ, ai bao nhiêu tuổi?
CS	Vợ anh.
PN	Dạ, vợ tôi 28 tuổi.
CS	Làm nghề gì?
PN	Dạ, không làm gì.
CS	Anh có con chưa?
PN	Dạ rồi. Một trai và một gái.
CS	Tên gì?
PN	Con trai tên Long. Còn con gái tên Thảo Hương.
CS	Mấy tuổi?
PN	Dạ, 8 tuổi và 6 tuổi.
CS	Bây giờ họ ở đâu?
PN	(Khóc) Tôi không biết.

2

1. ① nhân viên
2. ② năm năm

3. ① một con gái
4. ① đi uống bia

Anh Hải là nhân viên của một công ty du lịch. Anh đã làm việc ở đó 5 năm rồi. Anh thường làm việc với ông giám đốc. Anh mới lập gia đình 3 năm trước. Vợ anh là giáo viên. Anh đã có một con gái 2 tuổi. Anh Hải có nhiều bạn bè. Buổi tối anh thường đi uống bia với bạn. Ngày chủ nhật, anh Hải thường cùng vợ con đi chơi công viên hay về thăm ông bà ngoại.

3

1. Ông Tan là chồng của bà Hai.
떤 씨는 하이 씨의 남편입니다.

2. Bà Hai là vợ của ông Tân. 하이 씨는 떤 씨의 아내입니다.

3. Anh Nam là anh (anh cả) của anh Hải và cô Thu.
남 씨는 하이 씨와 투 씨의 오빠/형(맏형)입니다.

4. Anh Hải là em của anh Nam và là anh của cô Thu.
하이 씨는 남 씨의 동생이자 투 씨의 오빠입니다.

5. Cô Thu là em(em út) của anh Nam và anh Hải.
투 씨는 남 씨와 하이 씨의 동생(막내)입니다.

4 모범 답안

Gia đình tôi có 5 người: ba má tôi, hai anh trai và tôi. Tôi là con út trong gia đình. Ba tôi là đầu bếp ở một nhà hàng lớn. Còn mẹ tôi là giáo viên ở trường tiểu học. Anh cả tôi là nhân viên ở công ty du lịch. Anh thứ hai của tôi là sinh viên. Anh ấy học ở Đại học Kinh Doanh. Gia đình tôi rất hạnh phúc.

우리 가족은 다섯 명이며, 부모님, 두 명의 오빠, 그리고 제가 있습니다. 저는 가족의 막내입니다. 저희 아빠는 큰 레스토랑의 요리사입니다. 그리고 엄마는 초등학교 교사입니다. 첫째 오빠는 여행사 직원입니다. 둘째 오빠는 학생입니다. 둘째 오빠는 경영대학에서 공부합니다. 우리 가족은 매우 행복합니다.

5

Xin chào các bạn. Tôi tên là Lê Thị Thu Hà. Năm nay tôi 17 tuổi. Tôi là 1)học sinh lớp 12 trường Nguyễn Thị Minh Khai. 2)Gia đình tôi có 6 người: ba má tôi, hai chị gái, một anh trai và tôi. Tôi là 3)con út trong gia đình. Ba tôi là 4)tài xế ở Công ty Du lịch Sài Gòn. Mẹ tôi bán trái cây ở chợ Bến Thành. Chị cả tôi là giáo viên. Chị thứ hai của tôi là 5)thư ký. Chị ấy cũng làm ở Công ty Du lịch Sài Gòn. Chị ấy chưa có gia đình. Chị ấy còn 6)độc thân. Anh thứ ba của tôi là sinh viên. Anh ấy 7)học ở Đại học Kinh Tế. Chúng tôi không 8)giàu nhưng sống rất hạnh phúc.

안녕하세요, 여러분. 제 이름은 레 티 투 하입니다. 올해 저는 17살입니다. 저는 응웬 티 민 카이 학교의 12학년 학생이에요. 우리 가족은 6명이며, 부모님, 언니 둘, 오빠 하나 그리고 제가 있습니다. 저는 가족 중 막내입니다. 아빠는 사이공 여행사의 운전기사입니다. 엄마는 벤탄 시장에서 과일을 팔아요. 맏언니는 선생님이에요. 저희 둘째 언니는 비서예요. 그녀 역시 사이공 여행사에서 일합니다. 그녀는 아직 결혼하지 않았어요. 그녀는 여전히 독신입니다. 저희 셋째 오빠는 대학생입니다. 그는 경제대학에서 공부하고 있어요. 우리는 부유하지 않지만 매우 행복하게 살고 있어요.

6

1. Gia đình anh ấy rất nghèo nhưng gia đình bên vợ anh ấy thì rất <u>giàu</u>.
   그의 가족은 매우 가난하지만 그의 아내 쪽은 매우 부유해요.

2. Bố anh ấy già nhưng mẹ anh ấy thì còn khá <u>trẻ</u>.
   그의 아버지는 나이가 드셨지만, 그의 어머니는 여전히 꽤 젊습니다.

3. Bà ấy có nhiều tiền nhưng không có hạnh phúc.
   Bà ấy là một người <u>bất hạnh</u>.
   그녀는 돈이 많지만 행복하지 않습니다. 그녀는 불행한 사람입니다.

4. Nếu chọn người để lập gia đình, tôi thích người lớn tuổi hơn mình. Tôi không thích người <u>nhỏ tuổi</u> hơn mình.
   만약 결혼할 사람을 선택한다면, 저는 저보다 나이 많은 사람이 좋아요. 저는 저보다 나이 어린 사람은 싫어요.

7

1. em trai 남동생, anh trai 오빠, chị gái 언니, anh cả 맏형

2. công ty 회사, bệnh viện 병원, nhà hàng 식당, nhà sách 서점

3. giàu 부유하다, gần gũi 가깝다, thân thương 친밀하다, vui 기쁘다

8

1. Gia đình <u>chúng tôi</u> sống rất hạnh phúc.
   우리 가족은 매우 행복해요.

2. <u>Chúng ta</u> cùng đi mua sắm đi. 우리 쇼핑하러 가요.

3. Anh chị em <u>chúng tôi</u> chưa lập gia đình.
   우리 형제들은 아직 결혼하지 않았어요.

4. <u>Chúng ta</u> đến bệnh viện thăm thầy giáo đi.
   우리 선생님의 병문안을 가자.

5. Ngày nào <u>chúng tôi</u> cũng thức dậy sớm.
   우리는 언제나 일찍 일어나요.

9

1. ① Đây là chị tôi. (4) <u>Chị ấy là sinh viên</u>.
   이분은 제 언니입니다. 그녀는 대학생입니다.

   ② (2) <u>Cô Lan mới lập gia đình</u>. Chồng cô ấy là bạn thân của tôi.
   란 씨는 최근 결혼했어요. 그녀의 남편은 제 친한 친구입니다.

   ③ Chị hai tôi là y tá. (5) <u>Chị ấy làm việc ở bệnh viện Chợ Rẫy</u>.
   저의 둘째 언니는 간호사입니다. 그녀는 쩌 러이 병원에서 일해요.

④ Gia đình anh ấy nghèo nhưng có đông anh em.
   (3) <u>Anh ấy phải làm việc rất nhiều</u>.
   그의 가족은 가난하지만 형제가 많아요. 그는 일을 매우 많이 해야 해요.

2. ① (4) Anh lập gia đình bao lâu rồi?
   당신은 결혼한 지 얼마나 되었어요?

   ② (3) Cô ấy đã có gia đình chưa? 그녀는 결혼했나요?

   ③ (1) Con trai của chị mấy tuổi rồi?
   당신의 아들은 몇 살이 되었나요?

   ④ (2) Vợ anh ấy làm gì? 그의 아내는 무엇을 하나요?

10

1. Gia đình chúng tôi muốn <u>cùng</u> đi du lịch với chị.
   우리 가족은 당신과 함께 여행 가고 싶어요.

2. Họ <u>cùng</u> ở chung một nhà.
   그들은 한 집에 함께 살아요.

3. Anh là con cả trong gia đình à? Tôi <u>cũng</u> vậy.
   당신은 가족 중 맏이인가요? 저 또한 그렇답니다.

4. Bố tôi là y tá và mẹ tôi <u>cũng</u> là y tá.
   저희 아버지는 간호사이고, 저희 어머니 또한 간호사입니다.

5. Các anh em của tôi <u>cùng</u> học một trường.
   제 형제들은 한 학교에 함께 다녀요.

11

1. Vợ anh Hùng và vợ anh Toàn cùng 28 tuổi.
   홍 씨의 아내와 또안 씨의 아내는 같은 28살입니다.

2. Anh John và chị anh ấy cùng ở khách sạn Sài Gòn.
   존과 그의 누나는 사이공 호텔에 함께 묵어요.

3. Mẹ và chị tôi cùng bán trái cây ở chợ Bến Thành.
   저희 어머니와 누나는 벤탄 시장에서 함께 과일을 팔아요.

4. Chị ấy và tôi cùng quê ở Đà Nẵng.
   저와 그녀의 고향은 같은 다낭입니다.

5. Gia đình anh Bình và gia đình chị Xuân cùng đi du lịch ở Thái Lan.
   빈 씨와 쑤언 씨의 가족은 같이 태국으로 여행을 갔어요.

12

1. Cô Mai đã có con chưa? 마이 씨는 자녀가 있어요?

2. Em gái anh Bình đã có người yêu chưa?
   빈 씨의 여동생은 애인이 있어요?

3. Gia đình anh ấy đã đi Huế chưa?
   그의 가족은 후에로 갔나요?

4. Chị Hoa đã lập gia đình chưa? 호아 씨는 결혼했나요?

5. Bố cô (anh) đã ăn cơm chưa? 당신의 아버지는 식사를 하셨나요?

1. Chủ nhật nào gia đình Mai cũng đi công viên chơi.

   일요일마다 마이 씨의 가족은 항상 공원으로 놀러가요.

2. Trong lớp tôi, sinh viên nào cũng học chăm chỉ.

   우리 반의 어떤 학생이든 모두 공부를 열심히 해요.

3. Sáng nào ba tôi cũng uống cà phê.

   아침마다 저희 아버지는 항상 커피를 마셔요.

4. Con nào cũng là con của mình.

   어떤 아이든 모두 제 자녀입니다.

5. Người nào trong gia đình tôi cũng thích đi du lịch.

   우리 가족은 누구나 모두 여행을 좋아해요.

14 모범답안

1. Ông Hải có <u>gia đình rồi</u>. 하이 씨는 결혼했어요.

2. Vợ ông ấy thường <u>đọc sách vào buổi tối</u>.

   그의 아내는 보통 저녁에 책을 읽어요.

3. Các em tôi còn <u>rất trẻ</u>. 제 동생들은 여전히 매우 어려요.

4. Con gái cô ấy không thích <u>học môn lịch sử</u>.

   그녀의 딸은 역사 공부를 좋아하지 않아요.

Bài 11

1

1. Bánh xèo.   2. Ở tiệm A Phú.

3. 5 giờ chiều.   4. Vì nếu đến trễ thì không có chỗ ngồi.

듣기 스크립트

Đạt	Chiều nay rảnh không, anh Suzuki?
Suzuki	Rảnh. Có việc gì không?
Đạt	Đi ăn bánh xèo với tôi đi.
Suzuki	Bánh xèo là bánh gì vậy?
Đạt	Anh chưa ăn bánh xèo lần nào hả?
Suzuki	Chưa. Có ngon không?
Đạt	Ngon lắm. Chiều nay đi ăn nhé.
Suzuki	Nhưng ăn ở đâu?
Đạt	Ở tiệm A Phủ. Tiệm bánh xèo này nổi tiếng lắm. Năm giờ chúng ta đi, được không?
Suzuki	Năm giờ à? Hơi sớm.
Đạt	Nếu chúng ta đi trễ quá thì sẽ không có chỗ ngồi.
Suzuki	Vậy hả? Có nhiều người ăn ở đó lắm hả?

Đạt	Ừ, nhiều lắm. Bánh xèo ở đó ngon lắm. Chiều nay anh ăn thử sẽ biết.

2

1. Không phải. Chồng Lan nấu.

2. Khi còn là sinh viên.

3. Cũng do chồng Lan nấu.

듣기 스크립트

Chi	Chà, chị Lan nấu món xúp cua này ngon quá.
Lan	Cảm ơn chị. Nhưng không phải tôi nấu.
Chi	Ủa, Ai nấu món đó vậy?
Lan	Chồng tôi.
Chi	Chồng chị à? Anh ấy biết nấu ăn hả?
Lan	Biết. Anh ấy biết nấu ăn khi còn là sinh viên.
Chi	Thế, những món khác, chồng chị cũng nấu à?
Lan	Ừ. Anh ấy nấu tất cả các món hôm nay đó.

3 모범답안

– Cho tôi một đĩa cơm gà. 껌가(닭고기와 밥) 한 접시 주세요.

– Cơm sườn bao nhiêu tiền một đĩa?

  껌슨(갈비와 밥)은 한 접시에 얼마예요?

4 모범답안

A Chị dùng gì ạ? 무엇을 드시겠습니까?

B Em cho chị một đĩa bò bít tết và một tô phở gà.

  버 빗 뗏(비프스테이크) 한 접시와 퍼가(닭고기 쌀국수) 한 그릇 주세요.

A Dạ, còn chị muốn uống gì không ạ?

  네, 마실 것은 무엇을 드릴까요?

B Cho chị hai ly trà đá. 아이스티 두 잔 주세요.

A Dạ, chị đợi một chút ạ. 네, 잠시만 기다려 주세요.

5

Tiệm cà phê ở Thành phố Hồ Chí Minh thường mở cửa [1)] <u>sớm</u> và đóng cửa muộn. Nhiều [2)] <u>tiệm</u> mở cửa lúc 4 giờ sáng và đóng cửa lúc 11 giờ đêm. Vào ngày thứ bảy và chủ nhật, nhiều tiệm đóng cửa muộn hơn. Ở tiệm [3)] <u>cà phê</u>, người ta thường bán cà phê, [4)] <u>nước ngọt</u>, nước cam, nước chanh, nước dừa, kem. Về giá cả, ở tiệm cà phê loại [5)] <u>sang</u>, giá từ 30.000 đến 75.000 đồng một ly cà phê đen. Ở tiệm cà phê [6)] <u>bình dân</u>, giá rẻ hơn. Ở đó, một ly cà phê đen giá 8.000 đồng, một ly cà phê sữa đá giá 15.000 đồng.

호찌민시의 커피숍은 일찍 문을 열고, 늦게 문을 닫아요. 많은 가게들이 오전 4시에 문을 열고 밤 11시에 문을 닫습니다. 토요일과 일요일에는 더 늦게 문을 닫는 가게들도 많아요. 커피숍에서는 보통 커피, 음료수, 오렌지 주스, 레몬 주스, 코코넛 주스, 아이스크림을 팝니다. 가격의 경우, 고급 커피숍은 블랙커피 한잔 가격이 30.000동에서 75.000동입니다. 대중적인 커피숍은 더 저렴해요. 그곳에선 블랙커피 한 잔이 8.000동, 아이스 연유커피 한 잔이 15.000동입니다.

6

1. cá 생선　　　2. thực đơn 메뉴　　　3. bia 맥주

7

1. Thức ăn(음식 메뉴): gà rô ti 가 로 띠(베트남식 간장 치킨!), bánh xèo 반 쎄오, bò bít tết 버 빗 뗏(비프 스테이크), cơm thập cẩm 복음밥, xúp cua 게살수프, phở 쌀국수, chả giò 짜조(스프링롤 튀김), bánh tráng 반 짱(라이스페이퍼)

2. Thức uống(음료 메뉴): sữa 우유, cà phê 커피, nước cam 오렌지 주스, nước ngọt 음료수, bia 맥주, kem 아이스크림

8

① Đến giờ ăn trưa rồi. (5) <u>Chúng ta đi ăn cơm đi!</u>
　점심시간이에요. 우리 밥 먹으러 갑시다!

② (4) <u>Cho hai chai bia 333.</u>　– Dạ, xin chờ một chút.
　333맥주 두 병 주세요.　- 네, 조금만 기다려 주세요.

③ Chị thích chả giò lắm à? (1) <u>Tôi kêu thêm một đĩa nữa nhé.</u>
　언니는 짜조를 정말 좋아하네요? 제가 한 접시 더 주문할게요.

④ (2) <u>Anh say rồi.</u> Đừng uống nữa.
　당신은 취했어요. 더 이상 마시지 마세요.

9

1. Ở nhà hàng này món ăn nào cũng ngon.
　이 식당은 어떤 음식이든 다 맛있어요.

2. Trưa nay tôi không muốn ăn gì.
　오늘 점심 저는 아무것도 먹고 싶지 않아요.

3. Anh ấy không biết gì về món ăn Việt Nam cả.
　그는 베트남 음식에 대해 아무것도 몰라요.

4. Bia gì ông ấy cũng thích uống.
　그는 어떤 맥주든 다 좋아해요.

5. Quán cà phê nào ở quận 1 anh ấy cũng đến uống cà phê.
　1군에 있는 어떤 커피숍에서든 그는 커피를 마셔요.

10

1. Món gì cô Lan cũng biết nấu.
　어떤 음식이든 란 씨는 모두 요리할 수 있어요.

2. Sáng chủ nhật nào chúng tôi cũng đi ăn phở.
　일요일 아침마다 우리는 항상 쌀국수를 먹으러 가요.

3. Nếu có tiền, thứ gì tôi cũng mua.
　돈이 있다면 나는 무엇이든 살 거예요.

4. Người nào trong lớp, anh Philip cũng mời đến dự sinh nhật của mình.
　반 친구들 누구든지 필립 씨는 자신의 생일 파티에 초대했어요.

5. Cô ấy sống một mình nên việc gì trong nhà cô ấy cũng tự làm
　그녀는 혼자 살기 때문에 어떤 집안일이든 혼자 해요.

Bài 12

👫 말하기 연습

1 모범답안

Nếu muốn đi khách sạn thì anh đi thẳng đường Khởi Nghĩa. Sau đó anh đi qua ngã tư thứ hai thì khách sạn ở bên trái.

만약 당신이 호텔에 가고 싶다면 커응이 응이아 길에서 직진하세요. 그 다음, 두 번째 사거리를 지나치면 호텔이 왼쪽에 있어요.

2 모범답안

Tôi đã đi du lịch ở Đà Nẵng. Tôi đi Đà Nẵng bằng máy bay. Ở Đà Lạt, tôi đi lại bằng xe máy. Vì xe máy rẻ và tiện lợi.

저는 다낭에 여행을 갔어요. 다낭에 비행기를 타고 갔어요. 달랏에서 저는 오토바이를 타고 다녔어요. 왜냐하면 오토바이는 저렴하고 편리하기 때문입니다.

3 모범답안

Gia đình tôi có 4 người: chồng tôi, tôi và 2 con trai. Chồng tôi là y tá ở một bệnh viện lớn. Còn tôi là nhân viên công ty. Hai con trai của chúng tôi còn trẻ. một đứa là 5 tuổi. Còn một đứa 2 tuổi. Gia đình tôi bận nhưng hạnh phúc.

우리 가족은 4명이 있습니다. 제 남편, 저, 그리고 두 아들이 있어요. 제 남편은 큰 병원의 간호사입니다. 그리고 저는 회사원입니다. 우리의 두 아들은 아직 어립니다. 한 아이는 5살이고, 한 아이는 2살이에요. 우리 가족은 바쁘지만 행복해요.

📖 연습 문제

1

1. ② Nha Trang　　2. ① 170.000 đ　　3. ② 12 tiếng

듣기스크립트

Khách　Cô ơi, bán cho tôi một vé.

NBV　Đi đâu? Đà Nẵng, phải không?

Khách　Dạ, không. Đi Nha Trang. Bao nhiêu tiền vậy, cô?

NBV　220.000 đồng.

Khách	Ủa, sao đắt quá vậy, cô?
NBV	Đi bằng xe đời mới. Nhanh lắm. Từ đây đến Nha Trang chỉ mất 9 tiếng.
Khách	Đi bằng xe đời mới cũng thích nhưng đắt quá. Có xe nào rẻ hơn không, cô?
NBV	Có. 170.000 đồng. Xe đời cũ, chậm hơn ; mất khoảng 12 tiếng. Anh suy nghĩ đi. Anh muốn đi xe nào?
Khách	(Lẩm nhẩm) 170.000 đồng, đời cũ. 220.000 đồng, đời mới. Tôi đi xe đời cũ.

2

1. ① 9 người   2. ② 10 tuổi   3. ② giáo viên

듣기 스크립트

Thu	Chị Ngọc ơi, gia đình chị có mấy người?
Ngọc	Hả? Chị hỏi gì?
Thu	Gia đình chị có mấy người?
Ngọc	Gia đình tôi hả? Có 9 người: ba má tôi, hai anh trai, tôi, ba em gái và một em trai. Em trai út tôi năm nay 10 tuổi.
Thu	Thế, ba má chị làm gì?
Ngọc	Ba tôi là tài xế. Còn má tôi buôn bán.
Thu	Còn hai anh của chị làm gì?
Ngọc	Hai anh tôi làm giáo viên. Còn gia đình chị có mấy người?
Thu	Cũng như gia đình chị, có 9 người. Tôi là con cả trong gia đình.
Ngọc	Là con cả có mệt không, chị?
Thu	Không, nhưng người yêu của tôi thì thấy rất mệt.

3

1. máy bay 비행기   2. xe hơi 자동차
3. xe buýt 버스   4. xe lửa 기차
5. xe đạp 자전거   6. xe máy 오토바이

4

Chào các bạn. Tôi tên là Mai Khanh. Quê tôi ở Phước Thạnh. Đó là một ¹⁾làng nhỏ của tỉnh An Giang là một ²⁾ tỉnh lớn ở Đồng bằng sông Cửu Long, ³⁾cách Thành phố Hồ Chí Minh khoảng 250 km về hướng tây nam. Tôi đã rời An Giang khi tôi 18 tuổi. Bây giờ tôi sống và ⁴⁾làm việc ở Thành phố Hồ Chí Minh. Tôi còn ⁵⁾độc thân. Tôi rất nhớ ba mẹ và các em nhỏ của tôi. Tôi rất muốn về quê ⁶⁾thăm gia đình. Quê tôi hơi buồn nhưng tôi rất thích vì nó yên tĩnh, mát mẻ.

안녕하세요 여러분. 제 이름은 마이 칸입니다. 제 고향은 프억 탄이에요. 그 곳은 호찌민시에서 남서쪽으로 250킬로미터 정도 떨어진 메콩삼각주의 큰 성인 안장성의 한 작은 마을입니다. 저는 18살 때 안장을 떠났어요. 현재 저는 호찌민시에서 살고 일을 하고 있습니다. 저는 아직 독신이에요. 저는 부모님과 제 동생들이 매우 그리워요. 저는 가족들을 찾아 뵈러 고향에 너무 돌아가고 싶어요. 제 고향은 조금 울적하지만 정말 조용하고 시원하기 때문에 저는 제 고향을 매우 좋아해요.

5

1. tháng sau 다음 달, tháng trước 지난달
2. thứ sáu 금요일, sáng 아침
3. sớm 이르다, muộn 늦다
4. bên trái 왼쪽, bên phải 오른쪽

6 모범답안

1. Thành phố này có rất nhiều xe hơi.
   이 도시는 자동차가 많이 있어요.
2. Tháng trước cô Thu đã về quê thăm gia đình.
   지난달 투 씨는 가족을 찾아 뵈러 고향에 갔어요.
3. Bạn tôi sống ở Cần Thơ.
   제 친구는 껀터에 살고 있어요.
4. Ông ấy rất thích ăn bánh.
   그는 빵을 매우 좋아해요.
5. Cô Thu chờ anh Nam ở góc ngã ba đó.
   투 씨는 남 씨를 그 삼거리 모퉁이에서 기다려요.

7

1. Anh ấy thích lái xe nhanh, nhưng vợ anh ấy thì thích lái xe chậm.
   그는 운전을 빨리 하는 걸 좋아하지만, 그의 아내는 천천히 운전하는 걸 좋아해요.
2. Ông ấy thường về nhà rất muộn. Ít khi ông ấy về nhà sớm.
   그는 보통 매우 늦게 귀가합니다. 그는 거의 일찍 귀가하지 않아요.
3. Gia đình của anh ấy rất nghèo, nhưng gia đình bên vợ anh ấy rất giàu.
   그의 집안은 매우 가난하지만 그의 아내의 집안은 매우 부유해요.
4. Cô ấy rất bận, cô ấy chỉ được rỗi/rảnh ngày chủ nhật.
   그녀는 매우 바빠서, 일요일에만 한가해요.
5. Đi bằng xe đò bất tiện lắm. Đi bằng xe lửa tiện lợi hơn.
   시외버스를 타고 가면 아주 불편해요. 기차를 타고 가는 게 더 편리해요.

8

1. Anh mua vé một chiều hay vé khứ hồi?
   형은 편도표, 아니면 왕복표를 사실래요?

2. Xe lửa khởi hành lúc 8 giờ tối.
   기차는 저녁 8시에 출발해요.

3. Tôi sẽ đi Hà Nội bằng máy bay.
   저는 하노이에 비행기를 타고 갈 거예요.

4. Tối thứ bảy anh Bình thường đi uống bia với bạn.
   빈 씨는 토요일 저녁에 보통 친구와 맥주를 마시러 가요.

5. Anh cứ quẹo phải ở ngã ba thứ nhất.
   당신은 첫 번째 삼거리에서 우회전하세요.

9

1. Đi máy bay từ Sài Gòn ra Hà Nội mất bao lâu?
   사이공에서 하노이까지 비행기로 얼마나 걸려요?

2. Gia đình cô ấy có bao nhiêu người?
   그녀의 가족은 몇 명입니까?

3. Ông ấy đã đến Việt Nam từ bao giờ?
   그는 베트남에 언제부터 있었나요?

4. Ba sinh viên Hàn Quốc đó đã học ở đây bao lâu?
   그 한국 학생 세 명은 여기에서 얼마동안 공부했나요?

5. Bao giờ anh Tom về nước?
   톰 씨는 언제 귀국할 예정인가요?

10

1. Ngày nào anh ấy cũng đi học muộn.
   날마다 그는 학교에 지각해요.

2. Sinh viên nào trong lớp này cũng biết sử dụng máy vi tính.
   이 반의 학생들은 누구든지 컴퓨터를 사용할 줄 알아요.

3. Chủ nhật nào cô ấy cũng về quê thăm gia đình.
   일요일마다 그녀는 가족을 찾아 뵈러 고향에 돌아가요.

4. Tối thứ bảy nào ông ấy cũng đi uống bia.
   토요일 저녁마다 그는 친구와 맥주를 마시러 가요.

11

1. Phim gì tôi cũng thích xem.
   어떤 영화든 저는 다 좋아해요.

2. Ngày nào ông ấy cũng về nhà muộn.
   날마다 그는 집에 늦게 귀가해요.

3. Anh có thể đi Nha Trang bằng xe gì cũng được.
   당신은 나트랑에 뭐든 타고 갈 수 있어요.

4. Tiếng gì cô ấy cũng muốn học.
   어떤 언어든 그녀는 공부하고 싶어요.

5. Sáng nào tôi cũng ăn phở.
   아침마다 저는 쌀국수를 먹어요.

12

1. Không phải đi đường này đâu.

이 길이 절대 아니에요.

2. Tôi không biết gì về món ăn Huế cả.
   저는 후에 지역 음식에 대해 아는 게 없어요.

3. Cô ấy không nói gì về anh cả.
   그녀는 당신에 대해 아무 말도 하지 않아요.

4. Tuần sau ông ấy không đến Việt Nam đâu.
   다음 주에 그는 절대 베트남에 올 일이 없어요.

5. Trước khi lập gia đình, tôi không biết gì về gia đình cô ấy cả.
   결혼하기 전, 저는 그녀의 가족에 대해 알고 있는 게 없었어요.

13

1. Chưa, bà Hoa còn ngủ.
   아니요, 호아 씨는 아직 자고 있어요.

2. Chưa, ông ấy còn độc thân.
   아니요, 그는 아직 독신입니다.

3. Không phải, anh John còn ở Việt Nam.
   아니요, 존 씨는 아직 베트남에 있어요.

4. Chưa, bưu điện còn xa lắm.
   아니요, 우체국은 아직도 아주 멀어요.

5. Chưa, anh ấy còn ngồi ăn.
   아니요, 그는 아직 앉아서 식사 중이에요.

14

1. Tuần sau chúng tôi sẽ đi Việt Nam.
   다음 주에 우리는 베트남에 갈 거예요.

2. Ông ấy sắp về nước.
   그는 곧 귀국해요.

3. Chị nghỉ một chút đi, để tôi làm cho.
   언니는 좀 쉬어요, 제가 할게요.

4. Nếu đi bằng xe lửa thì nhanh hơn xe buýt.
   만약 기차를 타고 가면 버스보다 더 빨라요.

5. Nếu anh ấy không đến thì tôi sẽ về.
   만약 그가 오지 않는다면 저는 돌아갈 거예요.

6. Ông ấy đã đi du lịch Hội An bao giờ chưa?
   그는 호이안에 여행 가 본 적이 있나요?

7. Tối thứ bảy nào cô cũng đi học tiếng Việt, phải không?
   토요일 저녁마다 당신은 베트남어를 공부하러 가죠?

8. Tôi không biết gì về tiếng Nhật.
   저는 일본어에 대해 전혀 몰라요.

9. Anh ấy mới về đến nhà đã đi tắm rồi.
   그는 집에 막 와서 샤워하러 갔어요.

10. Ông ấy không đói nên gì cũng không ăn.
    그는 배가 고프지 않아서 아무것도 먹지 않아요.